இலக்கணம் இனிது

தமிழ் திசை

இலக்கணம் இனிது

(மூனு சுழி ண, ரெண்டு சுழி ன வேறுபாடு என்ன? முதலான இலக்கணச் சிந்தனைகள்)

நா.முத்துநிலவன்

தமிழ் திசை

Title
ILAKKANAM INITHU
Author: © **N.MUTHUNILAVAN**

ISBN NO: 978-81-986934-5-7

நூல் தலைப்பு
இலக்கணம் இனிது

நூல் ஆசிரியர்
© **நா.முத்துநிலவன்**

முதற்பதிப்பு
மே - 2025

விலை: **₹ 120**

ஆசிரியர்
கே.அசோகன்

பொறுப்பாசிரியர்
வி.தேவதாசன்

நூல் உதவிப் பொறுப்பாசிரியர்
ஆர்.ஜெயக்குமார்

உதவிப் பொறுப்பாசிரியர்
வா.ரவிக்குமார்

Creative Head - புத்தகங்கள் பிரிவு
மு.ராம்குமார்

முதன்மை வடிவமைப்பாளர்
என்.கணேசன்

வடிவமைப்பாளர்
க.சக்திவேல்

பதிப்பகப் பிரிவு
விற்பனை மேலாளர்: **S.இன்பராஜ்**
முகவரி:

KSL MEDIA LIMITED, கஸ்தூரி மையம்,
124, வாலாஜா சாலை,
சென்னை - 600 002.

போன்: **044 - 35048001**
செல்: **7401296562 / 7401329402**

தமிழ் திசை பதிப்பகத்தின்
அனைத்துப் புத்தகங்களையும்
வாங்கிட கீழே குறிப்பிட்டுள்ள
ஆன்லைன் லிங்க்கை
பயன்படுத்தவும்.
மேலும், நமது பதிப்பகத்தின்
விலைப் பட்டியலை
PDF மூலம் பார்க்க
உங்கள் whatsapp எண்ணை
மேற்கண்ட எண்ணுக்கு அனுப்பவும்.

https://store.hindutamil.in/publications
www.instagram.com/hindu_tamil

KSL Media Limited, Regd. Office: **KASTURI BUILDING** No.859 & 860 Anna Salai, Chennai - 600 002.

https://www.facebook.com/Tamilthisaipublications https://twitter.com/Tamilthisaipublications

Printed by B.Ashok Kumar, Rasi Graphics (P) Ltd. No.40, Peters Road, Royapettah, Chennai - 600 014, for KSL Media Limited, Chennai - 600 002.

தமிழ் எழுத்துநடைக் கையேடு

தமிழ், உலகின் மூத்த மொழிகளில் ஒன்று. இன்றும் பயன்பாட்டில் இருக்கும் மொழிகளில் முதன்மையானதும்கூட. தென்னிந்திய மொழிகள் தோன்ற மூலமொழியாகவும் தமிழ், இருந்துள்ளது. இதனால்தான் தமிழை, உயர்தனிச் செம்மொழி என அழைக்கிறோம். இந்தியாவுக்கு வந்த ஐரோப்பியர்கள் பலரும் தேவையின் பொருட்டு தமிழைக் கற்றாலும் அதன் சிறப்பால் கவரப்பட்டு தமிழராகவே மாறிப்போனார்கள்; நம் மொழிக்குத் தொண்டுகளும் செய்தார்கள். எல்லீஸ், கால்டுவெல், வீரமாமுனிவர், சீகன்பால்கு போன்ற பலரும் இதற்கான உதாரணங்கள். உலகின் பல நாடுகளில் தமிழர் அல்லாத தமிழ் அறிஞர்கள் இன்றும் தமிழ்த் தொண்டாற்றிவருவதையும் நாம் பார்க்கிறோம்.

தமிழின் முதல் எழுத்து வடிவம், - இப்போது கண்டுபிடிக்கப்பட்ட அகழாய்வுகளின் அடிப்படையில் - பொது ஆண்டுக்கு முன் 6ஆம் நூற்றாண்டைச் சேர்ந்தது. 2000 ஆண்டுகளுக்கு முற்பட்ட இந்த மொழி, பல நூற்றாண்டுப் பயணத்திற்குப் பிறகு இன்றைக்குள்ள எழுத்து வடிவத்தை எய்தியுள்ளது. இன்றைக்கு நாம் பயன்படுத்தும் எழுத்து வடிவம், பல்லவக் கிரந்தத்திற்கு நெருக்கமானது என்பது ஆய்வாளர்களின் துணிபு.

அறிவியல் வளர்ச்சியாலும் அயல் மொழி மோகத்தாலும் தமிழ் எழுதுவது அந்நியமாகிவிட்டது. இன்றைய தலைமுறையினர் பலருக்கும் தமிழ் எழுதுவதில் சிரமம் இருக்கிறது. தவறான சொல் பயன்பாடு, திரும்பத் திரும்பப் பயன்படுத்தப்பட்டு அதுவே பெரு வழக்காகி நிலைபெறும் அவலத்தையும் நாம் பார்க்கிறோம். இந்தப் பின்னணியில்தான் தமிழாசிரியர் நா.முத்துநிலவன் தமிழை எப்படித் தவறில்லாமல் எழுதுவது என இந்த நூலில் தெளிவுபட விளக்கியுள்ளார். தன்மையான ஒரு மொழியில் எளிமையான முறையில் இன்றைய பயன்பாட்டில் உள்ள பிழைகளை நா.முத்துநிலவன் இதில் சுட்டிக் காட்டித் திருத்துகிறார். தமிழ் இலக்கணத்தைப் பயன்பாட்டு முறையை முன்வைத்து இனிமையாகச் சொல்லியுள்ளார். அதனால் அதைக் கைக்கொள்வதும் எளிதாக இருக்கிறது. புரிந்துகொள்ளக்கூடிய உதாரணங்களுடன் ஓர் அழகான பாடமாக ஒவ்வொரு கட்டுரையை நா.முத்துநிலவன் எழுதியுள்ளார். இது இந்நூலி பலம். தமிழ் ஆர்வமுள்ளவர்கள் ஒவ்வொருவரும் கொள்ள வேண்டிய கையேடு என இந்நூலை முன்னிறுத்தலாம்.

அன்புடன்,
கே.அசோகன்,
ஆசிரியர்,
'இந்து தமிழ் திசை'

அணிந்துரை

மெட்ரிக் தமிழனுக்கு ரொம்பவே பயன்படும்!

தமிழைத் தாம் பேசும் ஒரு மொழி என்பதையும் கடந்து தமிழர்கள் அதை நேசிக்கிறார்கள். அதனால்தான் இன்பம், அழகு போன்ற பல புரிதலுடன் தமிழ் ஒரு மொழி என்பதையும் கடந்து உச்சிமேல் வைத்து மெச்சக் காரணமாகிறது.

அப்படிப்பட்ட தமிழ் இன்று சந்திக்கும் துன்பம் கொடுமையானது.

ஆங்கிலம் தெரியாமல் இப்போதெல்லாம் தமிழ் சினிமாவை புரிந்துகொள்ளவே முடியாதுபோல் உள்ளது.

சங்கர் என்பதை ஷங்கர் என்று எழுதுவதும் சண்முகம் என்று எழுத முடிந்ததை ஷண்முகம் என்பதுமே எழுதுவோனின் உயர் சாதியைச் சொல்லும் என்ற பரிதாபம் சிந்தையைப் புகுந்து ஆட்டுகிறது.

இப்படி ஷங்கர் ஷண்முகம் என்பாரைப் பார்த்துக் கவிஞர் தமிழரசு கேட்டார் உங்களுக்கு 'சா'வே வராதா என்று.

தமிழ் வராது என்பதை தங்கள் குலப் பெருமையாகவும் அதையே நாகரிகமாகவும் எண்ணும் பித்துக்குளிகள் அதிகமாகும் காலமிது.

ஒரு கதை உண்டு. எப்போதும் ரயில் போகிற முதன்மைத் தடம் (மெயின் லைன்) ஒன்றும் அதன் பக்கத்திலேயே ரயிலே போகாத மாற்றுத் தடம் (லூப் லைன்) ஒன்றும் உண்டு. பத்துக் குழந்தைகள் எப்போதும் ரயில் போகிற மெயின் லைனில் விளையாடுகிறார்கள். ரயிலே போகாத அந்த லூப் லைனில் இரண்டு குழந்தைகள் விளையாடுகிறார்கள்.

இப்போது ஒரு ரயில் வேகமாக வருகிறது. பிரச்சினை ஆரம்பம். உங்கள் கையில் ஒரு தடம் (டிராக்) மாற்றும் கருவி (லீவர்) உள்ளது. நீங்கள் அந்த லீவரைப் பயன்படுத்தினால் ரயிலை மாற்றுத் தடத்தில்

(லூப் லைன்) அனுப்பலாம். ரயிலோ வேகமாக வருகிறது. அது முதன்மைத் தடத்தில் (மெயின்) போனால் 10 குழந்தைகளின் மரணம். மாற்றுத் தடத்தில் (லூப்) போனால் 2 குழந்தைகளின் மரணம். இந்த சூழலில் நீங்கள் அந்த லீவரை பயன்படுத்தி என்ன செய்வீர்கள்?

இதுதான் கேள்வி.

பெரும்பாலும் பதில் – “அந்த லீவரைப் பயன்படுத்தி ரயிலை லூப் லைனுக்கு அனுப்புவேன்” என்பதுதான். ஏன்? மரணம் உறுதியாகிவிட்டதால், பத்தைவிட இரண்டு பரவாயில்லை என்ற மனநிலையே காரணம்.

இப்போது யோசியுங்கள், இந்த புரிதலே நாட்டின் எல்லா துன்பங்களுக்கும் காரணம்.

அந்த 2 குழந்தைகள்தான் ரயில் வராத சரியான இடத்தில் விளையாடினார்கள். 10 குழந்தைகளும் ஆபத்தான தடத்தில் தவறாக விளையாடினார்கள்.

நாம் யாரை சாகடிக்க முடிவு செய்தோம்?

தவறு செய்யாத அந்த 2 குழந்தைகளை.

இதன் நீதி: சரியான நல்லதை குறைவானவர்கள் செய்தால் தண்டிக்கப்படுகிறார்கள். அல்லது புறக்கணிக்கப்படுகிறார்கள். தவறானதையே அதிகமானவர்கள் செய்தால் காப்பாற்றப்படுகிறார்கள் அல்லது கொண்டாடப்படுகிறார்கள்.

இது அரசியல் தொடங்கி எல்லாவற்றுக்கும் பொருந்தும். இங்குதான் முத்துநிலவன் நம் கவனத்தை ஈர்க்கிறார். புறக்கணிப்புக்கு ஆளாகும் நம் தமிழை கொண்டாட அழைக்கிறார்.

அது அப்படித்தான் என்று கடந்துபோகும் ‘எழுத்துப் பிழையை’ சரிசெய்ய ஒரு வழிகாட்டி நூலைப் படைக்கிறார். அதுதான் உங்கள் கையில் தவழும் ‘இலக்கணம் இனிது’. கும்பிடத்தக்க பணி இது.

அண்ணன் நிலவன் தேர்ந்த உரையாளர், பாடகர், ஓவியர், கவிஞர், கதையாளர், கட்டுரையாளர், ஆய்வாளர் என்ற பல முகங்களையும் ஒரு முகமாய்க்கொண்ட நல்ல மனிதர்.

அவரின் மொழி இலக்கணம் வாழ்வியலோடும் பின்னிப் பிணைந்து இருப்பது இன்றைய வாட்ஸ்அப் தலைமுறைக்கு மிகவும் பயன்படும்.

தமிழை பிழையின்றி எழுதுவது எளிதல்ல. அதற்கு மொழியின் நுட்பமும் இயங்கும் விதமும் தெரிந்திருப்பது அவசியம்.

இத்தகைய மொழிப் புலமையை அடைய நீண்டகாலம் ஆகும்.

இந்த நமக்கான 'நீண்ட காலத்தை' முத்துநிலவன் பட்டறிவால் சுருக்கி சுண்டக்காய்ச்சிய பால்போல் நம் கையில் 'இலக்கணம் இனிது' என்று தருகிறார்.

தற்கால தமிழ்ச் சூழலுக்கு ஏற்ப தமிழை நம் இளந்தலைமுறைக்கு கைமாற்ற அவரின் பாடு நூல் முழுதும் பரவியுள்ளது.

'எழுத்துப் பிழையை எப்படி நீக்குவது' தொடங்கி 'கொச்சைத் தமிழ்' எனப்பட்ட மக்கள் தமிழை எப்படி புரிந்துகொள்வது வரை அவரின் சமூகப் பற்றும் மொழிப்பற்றும் அவரோடு தோழமை கொள்ள வைக்கிறது. அவர் உணர்த்தும் 'இரட்டைக் கவனம்' நடைமுறை சார்ந்தது.

தொல்காப்பியத்துக்கு ஏற்ற இலக்கியமாக வள்ளுவத்தை முன்வைப்பதும் என்னைக் கவர்ந்து ஆட்கொண்டது.

தற்காலத் தமிழனின் தேவை புரிந்து க்ரியா உருவாக்கிய 'தற்காலத் தமிழ் அகராதி' போல் அண்ணன் நிலவனின் 'இலக்கணம் இனிது' புத்தகமும், மெட்ரிக் தமிழனுக்கு ரொம்பவே பயன்படும்.

தங்கள் மகளின் மணவிழாவை தமிழ் விழாவாக மாற்றும் தோழர்கள் முத்துநிலவன்-மல்லிகா இணையரின் எல்லா முயற்சிகளும் வெல்லட்டும்.

லட்சியாவுக்கும் முத்துகுமாருக்கும் வாழ்க்கை 'இனிய இலக்கணமாய்' அமைய எல்லாரும் வாழ்த்துவோம்.

கவிஞர் நந்தலாலா
திருச்சி

முன்னுரை

இனிமையும் பெருமையும்

"**இ**லக்கணம் என்பது அதிகாரம் செலுத்த அல்ல; ஆற்றுப்படுத்த மட்டுமே!"

"இலக்கணம் இப்படித்தான் இருக்க வேண்டும் என்று உடும்புப்பிடி பிடிப்பதல்ல; இப்படி இருந்தால் நல்லது என்பதை எடுத்துரைப்பதுதான்"

- தமிழ்கூறு நல்லுலகில் அரை நூற்றாண்டுக்கு மேல் கவிஞராக, நல்லாசிரியராக, எழுத்தாளராக, பாடகராக, சமூக அக்கறையுள்ள அறிவொளி இயக்கச் செயல்வீரராக, தொழிற்சங்கவாதியாக, தெளிவுற அறிந்து தெளிவுதர மொழிகின்ற பேச்சாளராக, அத்தெளிவுகள் துலங்கும் எழுத்தாளராகப் புகழ்பெற்றிருக்கிற நா.முத்துநிலவன் அவர்களுக்கு இலக்கணம் என்பது சூத்திர விதிகளின் மனப்பாடமல்ல; எழுத்திலும் பேச்சிலும் இழைந்து கிடக்கும் மனப்பழக்கம்.

அதனால்தான் அவர் இலக்கணம் அதிகாரமோ, உடும்புப் பிடியோ அல்ல என்கிறார்.

எழுத்து வடிவிலான, இரண்டாயிரத்தைந்நூறு ஆண்டுக்குக் குறையாத வரலாறுடைய, இரண்டாயிரம் ஆண்டுக்கு முன்பே கண்டறியப்பட்ட பல்வேறு வட்டார வழக்குகள் உடைய தமிழின் ஒலியில் எழுத்தில் சொல்லில் தொடரில் பொருளில்... எல்லாவற்றிலும் எத்தனையெத்தனையோ மாற்றங்கள். இன்று "தமிழ்கூறு நல்லுலகம்" என்பது போய் "உலகம் கூறும் நற்றமிழ்" என்று சொல்லுமாறு பன்னாடுகளில் வழங்கும் மொழியாகிவிட்டது.

இடமும் காலமும் கடந்த பின்னும் தமிழ் நிலைத்திருக்கக் காரணம் வறட்டு விதிகளுக்குள் சிக்கிக் கொள்ளாமல் மாறுதல்களுக்கு ஈடுகொடுக்கும் அதன் இயல்புதான்.

இந்த இயல்புணராதார் பழைய விதிகளைப் பற்றிக்கொண்டு தொங்கும்போது இலக்கணம் இரும்புக்கடலையாகிவிடுகிறது. இரும்பு + கடலை = இருப்புக் கடலை என்றுதான் சொல்லவேண்டும் என்பதுபோல் அடம்பிடிக்கும் அந்த இரும்புக் கடலைக்காரர்களிடமிருந்து தமிழை விடுவிக்கும் கவிஞர் நா.முத்துநிலவன் 'இலக்கணம் இனிது' என்கிறார். படிக்கிற நாமும் ஆம்! ஆம்! என்கிறோம்.

தமிழ் குறித்த சில பொதுச் சிக்கல்கள், இலக்கணம் சார்ந்த குறிப்பான பிரச்சினைகள், மரபிலக்கணச் சிறப்புக்கூறுகள் ஆகியவற்றைப் பேசுகிறது இந்த நூல்.

"பாட்டெழுதிப் பெயர் வாங்கும் புலவர்களும் குற்றம் கண்டுபிடித்தே பெயர் வாங்கும் புலவர்களும்" என்று தலைப்பிலேயே நம்மை ஈர்க்கும் கட்டுரையின் நோக்கத்தையும் அத்தலைப்பே உணர்த்திவிடுகிறது.

எழுத வரும் இளைஞர்களின் படைப்புகளில் 'க்' இல்லை 'ச்' இல்லை என்று குற்றம் கண்டுபிடித்து அவர்களை மனத்தளவில் ஒடுக்கிவிடக்கூடாது. எழுத்துப் பிழைகளை விடவும் கருத்துப் பிழைதான் கண்டிப்புக்கும் திருத்துவதற்கும் உரியது. ஆங்கில ஆதிக்கத்திற்கும் இந்தித் திணிப்பிற்கும் இடையில் சிக்கித் தவிக்கும் தமிழில் எழுத வருவோரை இலக்கணத்தின் பேரால் அந்நியப்படுத்திவிடக்கூடாது என்கிற முத்துநிலவன் கருத்து முற்றிலும் சரியானது.

பொருள் மாறுபடாத இடங்களில் க், ச்... மிகுதலை வலியுறுத்தக்கூடாது என்பதும் சரிதான். (க், ச்... மிகுதலை மரபிலக்கணத் துறையினர் வலி மிகுதல் என்பார்கள்!) ஊடகங்களில் இவை மிகுத்து எழுதப்படாததையும், தமிழ் வளர்ச்சியில் ஊடகங்களின் பங்கையும் முத்துநிலவன் கணக்கில் எடுத்துக்கொள்கிறார். அதே வேளையில் தமிழின் இந்த இயல்பு குறித்த கவனமும் தேவை என்று கருதுகிறேன்.

கணினித் தமிழைப் பாடத்திட்டத்தில் சேர்க்க வேண்டும் என்பதும் நல்ல ஆலோசனை. கறிவேப்பிலைக் கொத்துப்போல் தமிழ் இலக்கியப் பட்ட வகுப்புகளில் மட்டும் இது பாடமாக உள்ளது; ஓரளவு பயன் தரலாம்; போதாது. இப்படியெல்லாம் பாடத்திட்டத்தில் புதுமை செய்ய

அரசியல் விருப்புறுதி வேண்டும் என்கிறார். பேசிப்பயனில்லை; பெருமூச்சு விடலாம்.

பள்ளிப் பாடத்திட்டமே மக்கள் தமிழைக் 'கொச்சை'த் தமிழ் என்று இழிக்கும் பண்டிதமேட்டிமையைக் கண்டிக்கிறார் முத்துநிலவன். 'கொச்சையான சொற்களைத் திருத்தி எழுதுக' என்பதற்கு மாறாக, 'பேச்சு நடையில் இருப்பதை எழுத்து நடையில் மாற்றி எழுதுக' என்று அமையலாம் என்கிறார்.

எந்த மொழியாயினும் பேச்சு வழக்கும் எழுத்து வழக்கும் வேறுபடும். சில மொழிகளில் இந்த வேறுபாட்டின் இடைவெளி மிகுதி. இத்தகு மொழிகளை இருநிலை வழக்கு (diglossic) மொழிகள் என்பார்கள். தமிழ், பேச்சு வழக்கும் எழுத்து வழக்கும் தம்முள் மிக வேறுபட்ட, இருநிலை வழக்குமொழிகளில் ஒன்று. பேச்சு வழக்கு இயல்பானது; எழுத்து வழக்கு கல்வியால் கைவரப்பெறுவது. ஒருவகையில் மாணவரின் வட்டார / பேச்சு வழக்கே முதல்நிலைத் தாய்மொழி. அதைக் கொச்சை என்பது தாய்மொழியை இழிவுபடுத்துவது போலாகும்.

மறுபுறம் வட்டார / பேச்சு வழக்குத்தான் உயிருள்ள மொழி. எழுத்து வழக்கு உயிரற்றது என்பது இன்னொரு தீவிரவாத எதிர்நிலைப் பிழை. இவ்வாறு வலியுறுத்திவந்த ஒரு முதுபெரும் எழுத்தாளர் வெகுசன இதழில் தொடர் கட்டுரை எழுத நேர்ந்தபோது அவரை அறியாமலேயே எழுத்து வழக்கின் செல்வாக்குக்கு ஆட்பட்டதை ஆய்வு மாணவர் ஒருவர் புலப்படுத்தினார். எழுத்து வழக்கும் மொழியின் ஒரு பகுதிதான். அதற்கேயுரிய உயிர்ப்பு இல்லாமலில்லை. உயர்வு தாழ்வு கற்பிக்க வேண்டியதில்லை.

இவற்றையெல்லாம் எண்ணிப் பார்க்கத் தூண்டுகிறது, "மக்கள் தமிழ் கொச்சைத்தமிழா?" என்னும் கட்டுரை.

ண, ன ஆகியவற்றை மூன்று சுழி, இரண்டு சுழி என்று சொல்வது தவறு, டண்ணகரம், றன்னகரம் என்பதே சரி என்கிறார்.

மண்டபம், கொண்டாட்டம், பண்டை முதலியவற்றில் -ண்ட-, -ண்டா, -ண்டை- என்பன அடுத்தடுத்து நிற்பதைக் காட்டுகிறார்; தென்றல்,

சென்றான் முதலியவற்றில் -ன்ற-, -ன்றா- அடுத்தடுத்து நிற்பதைக் காட்டுகிறார்.

இவ்வாறு இணைபிரியாக் காதலர்போல் -ண்ட்-, -ன்ற்- நிற்கும் இயல்பு கருதி அவற்றை டண்ணகரம், றன்னகரம் என்பதே சரி என்கிறார். இதற்குக் காரணம் இலக்கண அதிகாரமல்ல; தமிழின் இயல்பு என்று உணர்கிறோம்.

டண்ணகரம், றன்னகரம் என்று இயல்பை உணர்த்தும் பெயர்கள் இருக்க, வெறும் சுழியை எண்ணுவதால் என்ன பயன்?

இந்தியில் 4 க, தமிழில் ஒன்றுதான்... ஏன்? காகங்கள் என்பதை, *kahangal* என்று எழுதிக் காட்டலாம். (மொழியியலார் குறியீடுகள் சற்று வேறுபடும்.) மொழியியலார் /k/ என்கிற எழுத்து (ஒலியன்) [k] [h] [g] என்னும் மூன்று மாற்றொலிகள் கொண்டிருக்கிறது என்பார்கள். இது தமிழின் ஒலியியல்பு; குறையல்ல என்பதை மொழியியல் தெளிவுபடுத்தியது.

ஒரே எழுத்துக்குப் பல ஒலிகளா என்கிற வினா எழுகிறது.

“ஒரே மனிதன் தன் தாய்க்கு மகனாகவும், தன் பிள்ளைக்குத் தந்தையாகவும், தங்கைக்கு அண்ணனாகவும், அண்ணனுக்குத் தம்பியாகவும் இருப்பது ஒன்றும் குழப்பமில்லையே, சேர்மானத்தின் சிறப்புத்தானே” என்கிறார் முத்துநிலவன். நமக்கும் பிடிபடுகிறது.

இவற்றோடு ணகர னகரங்கள் வேறு சில எழுத்துகளோடும் தொடர்தல், மெய் எழுத்துகளின் வைப்புமுறை, வல்லின மெல்லின இடையின ஒலிகளின் பிறப்பு முதலியவற்றையும் விளக்குகிறார்.

ச, ர, ல - உயிர்மெய்கள் தமிழ்ச் சொற்களில் முதலில் நிற்பது பற்றி விவாதிக்கிறார் முத்துநிலவன். ச, சை, சௌ - ஆகிய மூன்றும் முதலில் வாரா; ர, ல வரிசையில் எதுவும் வராது என்றார் தொல்காப்பியர்.

ஆனால் சங்க இலக்கியங்களிலேயே ச - முதல் சொற்கள் பரவலாக இடம்பெற்றுவிட்டன. பரிபாடலில் ‘சையம்’ வந்துவிட்டது.

கம்பரது தமிழில் ரகர, லகரத் தொடக்க வடமொழிப் பெயர்களை இராமன், இலக்குவன், இராவணன் எனத் தமிழுக்கேற்ப மாற்றிக் கையாண்டதைச் சுட்டிக்காட்டியுள்ளார் முத்துநிலவன்.

ஆனால் அளவுகடந்த வடமொழி ஆதிக்கத்தால் அயல் எழுத்துகள் தமிழில் கலந்த வரலாற்றைச் சுட்டி, குழந்தைகளுக்குப் பெயர் சூட்டுவதில் இன்று நிலவும் பண்பாட்டு அடிமைத்தனம் பற்றிய அவலவுணர்வு மேலோங்க, வரம்புடன் மாறுதலை வரவேற்பது தவிர வழியில்லை என்கிறார். உண்மை.

பொருள் மயக்கமும் பிழையும் நேர்வதற்குரிய *11* இடங்களைத் தொகுத்து இக்கட்டுரையில் தந்திருப்பது பயனுடையதாகும்.

“பொதுவான சில சந்தேகங்கள்” என்னும் கட்டுரையில், உடற்றிறம் என்பதைவிட உடல் திறம் என்பதே நன்று என்னும் வகையில் அவர் எளிமையாக்கத்தை வலியுறுத்துவது ஏற்புடையதே. எளிய தமிழாயினும் திருத்தமான வடிவங்களைக் கையாளவேண்டும் என்று கருதும் முத்துநிலவன் ஒரு பிழை திருத்தப் பட்டியலைத் தந்துள்ளார்.

“வெட்டி[2] *vetti, n. cf. vyartha. [T. vatti, O. K. bitti, M. vetti.] Uselessness, worthlessness;* பயனின்மை. “என்னை வெட்டிக்குப்பெற்று வேலிக்காலிற் போட்டிருக்கிறதா?” - என்று இந்த வடிவம் தெலுங்கு, கன்னடம், மலையாளம் ஆகிய மொழிகளிலும் வழங்குவதைச் சென்னைப் பல்கலைக்கழகத் தமிழ்ப்பேரகராதி தருகிறது. எனவே, ‘வெட்டிப் பேச்சு’ என்பதையே ஏற்கலாம் என்று தோன்றுகிறது. இவ்வாறே நன்செய், எண்ணெய், வெண்ணெய் என்னும் திருத்தமான வடிவங்களைக் கையாள்வோர் ஆளட்டும். நஞ்சை, எண்ணை, வெண்ணை முதலிய மரூஉ வடிவங்களையும் பிழையெனக் கருதவேண்டியதில்லை. ஆனால், நன்செய் முதலியன நஞ்சை முதலியனவாகத் திரிந்திருக்கின்றன என்பது தமிழாசிரியர்களுக்குத் தெரிந்திருக்க வேண்டும்.

கறுப்பு என்பது பழைய வழக்கு. அப்பொருளில் கருப்பு என்பதைக் கையாள்வதும் குற்றமில்லை. எனவே இத்தகு சொற்களை இருவகையிலும் பயன்படுத்தும் பட்டியலில் சேர்க்கலாம் என்பது என் கருத்து.

பிறமொழிச் சொல்லைத் தவிர்க்க வேண்டுமெனில், குறிப்பிட்ட ஒரே தமிழ்ச் சொல்லை இணையாகக் கருதுவது கடினம். தரிசனம், ரத்து போன்ற சொற்கள் வருமிடத்திற்கேற்பப் பொருட் சாயலில் வேறுபடும். இடத்திற்கேற்ற வெவ்வேறு தமிழ்ச் சொற்களை வழங்க நேரும். இயன்றவரை அயற்சொல் தவிர்க்கும் பொருட்டு மாதிரிக்காட்டாக ஒவ்வொரு சொல் தந்துள்ளார் முத்துநிலவன்.

மொழியைப் பயன்படுத்தப் பழக்கம் போதும். ஆனால், மொழியமைப்பைப் புரிந்துகொள்ள இலக்கணம் தெரியவேண்டும். இலக்கணம் என்பது கலைச்சொல் (terms) அறிவுதான் என்றே சொல்லி விடலாம். பொருளை இடத்தை ஆளை... அறியப் பெயர் தேவைப்படுவது போல், அறிவுத்துறைகளுக்குக் கலைச் சொற்கள் தேவை.

1. மாணவர்(கள்) மகிழ்கின்றனர்

2. மாணவர் மகிழ்ச்சி

என்கிற தொடர்களில் மாணவர், மகிழ்ச்சி - ஆகியவை பெயர்ச் சொற்கள். மாணவர்(கள்) - பலர் பால் பெயர்; மகிழ்ச்சி - தொழிற்பெயர். மகிழ்கின்றனர் - என்பது வினைச்சொல்; வினை முற்றாக நிற்கிறது.

மகிழ்கின்றனர் - என்பதையும் ^{1}மகிழ் + ^{2}கின்று + ^{3}அன் + ^{4}அர் என்று பகுத்து,

^{1}பகுதி, ^{2}கால இடைநிலை, ^{3}சாரியை, ^{4}விகுதி - என்று சொல்லலாம்.

மகிழ்ச்சி - என்பது மகிழ்தல் என்னும் செயலைக் குறிக்கும் பெயர்; தொழிற்பெயர். இதனையும் மகிழ்+சி என்று பகுக்கலாம்.

முதல் தொடரை எழுவாய்த் தொடர் என்பார்கள் (அல்வழி). இரண்டாவதை வேற்றுமைத் தொடர் என்பார்கள் (மாணவரது மகிழ்ச்சி - ஆறாம் வேற்றுமைத் தொகைத் தொடர்),

இப்படி உயிர், மெய், பெயர், வினை என்னும் எழுத்து, சொல் வகைகளின் பெயர்கள் குறி எனப்படும். வேற்றுமைப் புணர்ச்சி, அல்வழிப் புணர்ச்சி முதலியனவாகிய அவற்றின் இயக்கம் செய்கை எனப்படும். இவற்றை அறிந்து குறிப்பதுதான் இலக்கணக் குறிப்பு எனப்படுகிறது.

மாணவர்கள் பழஞ்செய்யுள்களையும் பயிலவேண்டியிருப்பதாலும், இலக்கணக் குறிப்பு பாடப்பகுதியில் மதிப்பெண்ணுக்குரியதாக இருப்பதாலும் இக்காலத் தமிழில் வழக்கத்தில் இல்லாத அளபெடை போன்றவற்றையும் அறியவேண்டியிருக்கிறது. இவற்றை உளங்கொண்டு இன்றியமையா இலக்கணக் குறிப்புகளைச் சில எடுத்துக்காட்டுகளுடன் தந்துள்ளார் முத்துநிலவன்.

"ர, ழ எழுத்துகளைக் காப்பாற்றுங்கள்!" என்னும் கட்டுரை ழ என்னும் எழுத்தின் ஒலி வடிவம், ர என்னும் எழுத்தின் வரிவடிவம் ஆகிய இரண்டிற்கும் நேர்ந்துள்ள இடையூறுகளை விளக்கி அவற்றைக் காக்க வேண்டியதன் இன்றியமையாமையை விளக்குகிறது.

நூலின் நிறைவாக, i. தமிழர் வழக்கில் உள்ள (அக்கம் பக்கம், கடை கண்ணி போன்ற) இரட்டைச் சொற்களுக்கான பொருள் ii. பழந்தமிழரின் 47 வகையான நீர்நிலைகள் iii. பேச்சில் சுகம் கண்ட தமிழர்க்குச் சொல்லும் முறைதான் எத்தனை! எத்தனை! என்னும் மூன்றும் "இனிய இணைப்புகள்" எனத் தரப்பட்டுள்ளன. இவை வகைமைவளம் சான்ற நடை நயத்திற்கு உதவுவன.

தமிழ் மரபில் இலக்கணம் என்பது மொழி அமைப்பை மட்டுமன்றி இலக்கியம், வாழ்வியல் கூறுகள் முதலிய யாவற்றையும் வரையறுப்பதாகும். இலக்கியமும் வாழ்வியலும் பற்றிய வரையறைகள் பொருளிலக்கணத்துள் அமைந்தன.

தொல்காப்பியப் பொருளதிகாரம் "நிலம் தீ நீர் வளி விசும்பொடு ஐந்தும் கலந்த மயக்கம் உலகம்" என்பதும் "முதல், கரு, உரிப்பொருள்" என்பதும் "முதல் எனப்படுவது நிலம் பொழுது இரண்டின் இயல்பு" என்பதும் நிலத்தை முல்லை குறிஞ்சி நெய்தல் மருதம் என நானிலமாகப் பகுத்ததும் அவை மக்கள் வாழ்க்கையில் ஊடாடுவதை வரையறுக்க முற்படுவதுமாகிய கூறுகளையும், திருக்குறள் கவிதை நுட்பம் கலந்து வாழ்க்கை இலக்கணத்தை இலக்கியமாக்கியிருப்பதையும் விவரித்துத் தமிழ் மரபின் முன்னோடி அறிவியல் சிந்தனைகளைப் புலப்படுத்துகிறார் முத்துநிலவன்.

"ஒன்றறி வதுவே உற்றறி வதுவே" என்று அறிவு வகைகளை வரிசைப்படுத்தத் தொடங்குகிறார் தொல்காப்பியர். அடுத்த நூற்பாவில், "புல்லும் மரனும் ஓரறிவினவே / பிறவும் உளவே அக்கிளைப் பிறப்பே" எனத் தாவரங்கள் ஓர் அறிவு உடையன என்கிறார். தாவரங்களுக்கும் உயிர் உண்டு என்பதைத் தெளிவாகச் சொல்கிறார் தொல்காப்பியர்.

இந்த உண்மையை நிறுவியதால் பெரும்புகழ் பெற்றவர் ஜகதிஷ் சந்திர போஸ். இந்த விவரங்களைச் சுவைபட முன்வைத்து, தொல்காப்பியர் கூறும் ஆறறிவு உயிர்கள் பற்றி விளக்கி, நோபல் பரிசைத் தொல்காப்பியருக்குத் தந்திருக்கவேண்டும்தானே? என்ற வினாவுடன் ஒரு கட்டுரையை முடிக்கிறார்.

மொழியியலும் மரபிலக்கணமும் பயின்ற அறிஞர்கள் தற்காலத் தமிழுக்கு இயற்றிய இலக்கண நூல்கள் இல்லாமல் இல்லை. அவை வரம்புக்குட்பட்ட எளிமையுடையனவும் கூட. ஆனால் சுவை கருதி அவற்றைத் தொடுவதில் பொருளில்லை.

மாறாகக் கவிஞர் முத்துநிலவன் அவர்கள் மாணவர்க்குப் பயிற்றிய பட்டறிவும் மக்களோடு கலந்து பழகிப் பெற்ற பார்வைத் தெளிவும் காரணமாகத் தற்காலத் தமிழ் இலக்கணத்தின் இனிமையையும், மரபார்ந்த தமிழ் இலக்கணத்தின் பெருமையையும் சுவைபடச் சொல்லியிருக்கிறார்.

இதுவே இந்நூலின் சாதனை!

— பா.மதிவாணன்,
பேராசிரியர் (பணிநிறைவு),
தமிழியல் துறை,
பாரதிதாசன் பல்கலைக்கழகம்,
திருச்சிராப்பள்ளி.

என்னுரை

பழையன கழிதலும் புதியன புகுதலும்

பள்ளிப் படிப்பில் பத்தாம் வகுப்பு முடித்து வெளியே வரும் மாணவரிடம் இந்தச் சமூகம் எதிர்பார்ப்பது என்ன? பெரிய இலக்கிய அறிவையோ, இலக்கண ஞானத்தையோ அல்ல! "பிள்ளைகள், பிழையில்லாமல் எழுதவும், சரியாகத் தமிழை உச்சரிக்கவும் தெரிந்து கொண்டால் போதும்" என்பதுதான், நம் தமிழ்ப் பெற்றோர் பலரின் எதிர்பார்ப்பு! ஆனால் இதைக் கூட நம் பள்ளிக் கூடங்களால் நிறைவேற்ற முடியவில்லை என்பதுதான் கசப்பான உண்மை! எனது பள்ளிப் பணி முடிந்த பிறகும் தொடரும் தமிழ்க் கல்வியின் ஒரு பகுதியே இந்நூல்.

ஆங்கில வழிக் கல்வி முறை அதிகரிப்பதாலும், அதில் படித்தவர்களின் தமிழைப் பற்றிய அலட்சியத்தாலும், எழுத்துப்பிழை சாதாரணமாகி விட்டது. மேடைப் பேச்சாளர் பெருகியிருந்தாலும், அவர்களின் தமிழ் உச்சரிப்பு அவ்வளவு சரியாக இல்லை என்பதோடு, ஊடகங்களில் வரும் உச்சரிப்பு முறையே ஏற்றதெனக் கருதிப் பேச்சாளர்களும் தொடரும் தவறான நிலை உருவாகி விட்டது.

இதற்கு நேர்மாறாக, உயர் கல்வி பெறாதவர்கள் கலப்படமில்லாத தமிழில் பேசி வருவதையும் பார்க்க முடிகிறது. "எழுதினவன் ஏட்டைக் கெடுத்தான், படிச்சவன் பாட்டைக் கெடுத்தான்" எனும் பழமொழி ஒன்றும் புதிதில்லையே! பலப்பல நூற்றாண்டுப் பட்டறிவுப் பாடம்தானே? படித்தவர்களின் அறியாமையாலும் அலட்சியத்தாலும் அவசரம் கருதியும் இன்றைய தமிழ் களங்கப்படுவது கண்டு நாமும் அலட்சியமாக இருக்கக்கூடாது என்பதாலேயே இந்நூலை எழுதினேன்.

தொல்காப்பியர் தொடங்கி, இருபதாம் நூற்றாண்டில் 'தமிணூல்' எழுதிய த.சரவணத் தமிழன் அய்யா வரையான அறிஞர்கள் இலக்கணம்

படைத்த தமிழில், இந்தத் தலைமுறைக் குழந்தைகளும் எளிதில் புரிந்துகொள்ளத்தக்க இலக்கண நூலை விரிவாக எழுத வேண்டிய அவசியம் உள்ளது.

2003ஆம் ஆண்டு என் மூத்த மகள் அ.மு.வால்கா திருமண விழாவுக்காக "நேற்று ஆங்கிலம் இன்று தமிழ்" என்றொரு சிறு நூலை வெளியிட்டேன். பிறகு, தமிழாசிரியர் வகுப்புகளில், "தமிழாசிரியர் செய்யும் தமிழ்நடைப் பிழைகள்" எனும் தலைப்பில் நான் பேசியதைக் கட்டுரையாக எழுதினேன். 2008ஆம் ஆண்டு என் மகன் அ.மு.நெருடாவின் "திருமணத்தின்போது, தமிழில் பிழையில்லாமல் எழுதுவதும் பேசுவதும் எப்படி?" எனும் சிறு நூலை எழுதி வெளியிட்டேன்.

பிறகு, 'தீக்கதிர்' நாளிதழின் செய்தியாளர் கூட்டத்தில் பேசத் தயாரித்தேன்.

பொன்விழாக் கண்ட நியூயார்க் தமிழ்ச் சங்கத்தில் இலக்கியக் குழுத் தலைவராகப் பொறுப்பேற்றிருக்கும் நண்பர் ஆல்ஃபி (எ) ஆல்பர்ட் தியாகராஜன் "தமிழில் பிழையில்லாமல் பேசுவதும் எழுதுவதும் எப்படி?" எனும் தலைப்பில் பேச அழைத்தபோது அதற்காக மேலும் சிறிது தயாரித்தேன். இவற்றை விரிவுபடுத்தியதோடு, புதிய சில கட்டுரைகளையும் நூலுக்காகவே எழுதினேன்.

தொல்காப்பியத்திற்கு அடுத்தபடியாக தமிழ் இலக்கணத்தில் பின்பற்றப்படும் மற்றொரு நூலான நன்னூல், "பழையன கழிதலும் புதியன புகுதலும் வழுவல கால வகையி னானே" என்னும் நூற்பாவோடு நிறைவடைகிறது.

இதில் பழையன கழித்தலும், புதியன புகுத்தலும் என்று சொல்லாமல், கழிதலும் புகுதலும் என்ற நுட்பம் கவனிக்கத் தக்கது. காலம் சில மாற்றங்களைச் செய்தே தீரும். நாம் அதையும் கவனித்து, தேவையான மாற்றங்களை ஏற்றுக்கொள்வதே நல்லது. இதில் "மரபு" எனும் கிழவியை மதிக்கவும் வேண்டும். அதற்காக அந்தக் கிழவி சொல்வதையெல்லாம் ஏற்றுக்கொண்டு தேங்கி முடங்கி விடவும் கூடாது. இது இலக்கணத்திற்கு மிகவும் பொருந்தக்கூடிய கருத்து. எனவே, தேவையான மாற்றங்களை ஏற்போம் என்பதே என் வேண்டுகோள்!

நன்றி - இந்நூல் வெளிவருவதில் என்னிலும் ஆர்வத்தோடு தூண்டிக்கொண்டே இருந்த என் இணையர் மு.மல்லிகா, தன் மணவிழாவில் வெளியிட வேண்டும் என்பதில் உறுதியாக இருந்த என் அன்பு மகள் மு.லட்சியா, அருமை மருமகன் இரா.முத்துக்குமார், இந்நூல் பற்றி ஆவலுடன் கேட்டு மகிழ்ந்த என் சம்பந்தி, திருமிகு ராஜரெத்தினம்-நாகம்மை இணையர், வெளிநாட்டில் இருந்தாலும் என்னைத் தூண்டிக் கொண்டிருந்த என் அன்பு மகன் அ.மு.நெருடாவுக்கும் நன்றி!

நல்லதொரு அணிந்துரை வழங்கிய என் இனிய தோழன், நாடறிந்த பேச்சாளரும் நல்ல தமிழ்ச் சிந்தனையாளருமான நந்தலாலாவுக்கும் எனது 40 ஆண்டுகால நண்பரும் பாரதிதாசன் பல்கலைக்கழக தமிழ்த்துறைத் தலைவருமான பா.மதிவாணனுக்கும் என் தோழமை நன்றி!

விரைந்து அச்சிட்டுத் தந்த இந்து தமிழ் திசை பதிப்பகத்தார், பதிப்பாசிரியர் கே.அசோகன், தோழர் இன்பராஜ், நூலின் அட்டையை அழகுறச் செய்த மு.ராம்குமார், அச்சுப்பிழைகள் நேராமல் உதவிய, என் மாணவனாய் வந்த மகன் கிருஷ்ண.வரதராஜன் - அனு ராஜன் இணையர், அருமைத் தோழர் இ.பு.ஞானப்பிரகாசன், என்றும் துணைநிற்கும் நண்பர் கி.கணேஷ் ஆகியோர்க்கு என் அன்பும் நன்றியும்!

தமிழ் என்றன் கருத்துமணம் தாங்கிவரும் பூந்தென்றல்!
தமிழ் என்றன் சுடர்க்கருத்தைத் தாங்கிவரும் தீப்பிழம்பு!
தமிழ் என்றன் அடையாளம், தலைநிமிர்த்தும் தன்மானம்!
தமிழ் என்றன் ஆடையுமாம், தடைஉடைக்கும் ஆயுதமாம்!

- நா.முத்துநிலவன்,
சீனிவாச நகர், 3ஆம் வீதி,
புதுக்கோட்டை - 622 004.
செல்பேசி - 9443193293
http://valarumkavithai.blogspot.com

உள்ளே...

1. மூனு சுழி ண, ரெண்டு சுழி ன என்ன வேறுபாடு? 21
2. அறிவியல் வாழ்வும் தமிழ் இலக்கணமும் 28
3. மக்கள் தமிழ், கொச்சைத் தமிழா? 35
4. பொதுவான சில சந்தேகங்கள் 41
5. ச, ர, ல முதலில் வராதா? / மரபு மாறாதா? 53
6. இலக்கணக் குறிப்புகள் 60
7. தொல்காப்பியருக்கு ஏன் நோபல் பரிசு தரவில்லை? 68
8. ர, ழ எழுத்துகளைக் காப்பாற்றுங்கள்! 74
9. பாட்டெழுதிப் பெயர் வாங்கும் புலவர்களும்
   குற்றம் கண்டுபிடித்தே பெயர் வாங்கும் புலவர்களும்! 78
10. இனிய இணைப்புகள் 85

1

மூனு சுழி ண, ரெண்டு சுழி ன என்ன வேறுபாடு?

கண்ணப்பன்னு எழுதச் சொன்னா ஒருத்தன் 4 சுழி 5 சுழி போட்டானாம்!

என்னப்பானு கேட்டதுக்கு அவன் கேட்டானாம் -

"தமிழ் வளரவே கூடாதாய்யா? ரெண்டு சுழி மூனு சுழி இருக்கலாம் 4 சுழி 5 சுழி இருக்கக் கூடாதா?"

இது எப்படி இருக்கு?

தமிழ் எழுத்துகளில் -

ரெண்டு சுழி ன என்பதும் தவறு!

மூனு சுழி ண என்பதும் தவறு!

ண - இதன் பெயர் டண்ணகரம்

ன - இதன் பெயர் றன்னகரம் என்பதே சரி.

மண்டபம், கொண்டாட்டம் – என எங்கெல்லாம் இந்த மூனு சுழி ணகர ஒற்றெழுத்து வருதோ, அதையடுத்து வர்ர உயிர்மெய் எழுத்து ட வர்க்க எழுத்தாகத்தான் இருக்கும். இதனால இதுக்கு டண்ணகரம்னு பேரு. சொல்லிப் பாருங்களேன்? பண்டைக் காலம் முதல் இன்றைய காலம் வரை கண்ட மரபு இது!

பெண்மணி, பொன்னம்மா போல வெகு சில சொற்களில் அதே எழுத்து இரட்டித்தும், மெல்லினம் தொடர வருவதும் உண்டு. தென்னந்தோப்பில் வேறு சில மரங்கள் இருந்தாலும், தென்னந்தோப்பு என்றுதானே பெரும்பான்மை கருதிச் சொல்கிறோம்? நாம் விரும்பினாலும் விரும்பாவிட்டாலும் பெரும்பான்மை பெற்ற ஆட்சியை ஏற்றுக் கொள்வதுதானே குடியரசு? அது பெரும்பான்மை பெற்றது எப்படி என்னும் ஆய்வு தனி. பெரும்பான்மை என்பதே பெரும்பாலும் இப்படித்தானே இருக்கிறது!

தென்றல், சென்றான் – என எங்கெல்லாம் இந்த ரெண்டு சுழி னகர ஒற்றெழுத்து வருதோ, அதையடுத்து வர்ர உயிர்மெய் எழுத்து ற வர்க்க எழுத்தாகத்தான் இருக்கும். இதனால இதுக்கு றன்னகரம்னு பேரு (சும்மா சொல்லிப் பாருங்க?)

இவை ரெண்டும் பெரும்பாலும் மாறி வராது. கண்மணி, கண்ணம்மா, என வரும் சில பெயர்ச்சொற்கள் உண்டுதான் என்றாலும், ண் எழுத்தை அடுத்து பெரும்பாலும் ட எழுத்தே வருவதால் டண்ணகரம் என்று புரிந்து கொள்வது மூணு சுழி என்னும் விளக்கத்தை விட அர்த்தம் மிக்கதாக இருக்கும், தமிழில் எந்த மெய்யெழுத்தைத் தொடர்ந்து எந்த மெய்யெழுத்து வரும் என்பதைப் புரிந்துகொண்ட அர்த்தமும் கிடைக்கும் என்பதே என் கருத்து. (இரண்டு சுழி, மூன்று சுழி எனும் இந்தச் சொற்களில்கூட, பிரியாத காதலர்கள் மாதிரிச் சேந்து வர்ரதப் பாருங்களேன்! இது புரியாம இதுகள நாம பிரிச்சுடக் கூடாதுல்ல?)

வேற மாதிரி சொன்னா

இதுவும் வர்க்க ஒற்றுமைதான்!

(வர்க்க எழுத்து-ன்னா, சேர்ந்து வர்ர எழுத்து! அவ்ளோதான்.)

இந்தப் பெயரோடு (டண்ணகரம், றன்னகரம்)

இந்த ண, ன எழுத்துகளை அறிந்து கொண்டால்

எழுத்துப் பிழையும் குறையும். எப்படீ?

மண்டபமா? மன்டபமா? சந்தேகம் வந்தா...

பக்கத்துல ட இருக்கா, அப்ப இங்க மூனு சுழி ண-தான் வரும். ஏன்னா அது டண்ணகரம்.

கொன்றானா? கொண்றானா? சந்தேகம் வந்தா...

பக்கத்துல ற இருக்கா, அப்ப இங்க ரெண்டு சுழி ன-தான் வரும். ஏன்னா அது றன்னகரம்.

இதே மாதிரித்தான் நகரம் என்பதை, தந்நகரம்னு சொல்லணும்.

ஏன்னா இந்த ந் எழுத்தை அடுத்து வரக்கூடிய உயிர்மெய் த மட்டுமே (பந்து, வெந்தயம், மந்தை, செந்தமிழ்).

தமிழில் எந்த எழுத்தின் பின் எந்த எழுத்து வரும் என்பதை அடிப்படையாக வைத்தே (க ங ச ஞ ட ண எனும் வரிசையில்) மெய்யெழுத்துகள் பதினெட்டும் வரிசைப்படுத்தி அமைக்கப்பட்டுள்ளன என்பதுதான் இதன் அடிப்படை.

க ங ச ஞ ட ண – வரிசை அமைப்புக்குக் காரணமுண்டு

க ங ச ஞ ட ண த ந ப ம ய ர ல வ ழ ள ற ன – எனும் பதினெட்டு மெய்யெழுத்துகளும் சும்மா அடுத்தடுத்து வைக்கப்பட்டுவிடவில்லை!

இவை, தமிழை நாம் உச்சரிக்கும் முறையின்படியே இப்படி வைக்கப்பட்டன.

மெய்யெழுத்துகளின் தோற்றம், முயற்சி அடிப்படையில் இவற்றை மூன்று வகையாகப் பிரித்துள்ளனர். வல்லினம், மெல்லினம், இடையினம் என்று இதை எல்லாரும் படித்திருப்போம்.

வல்லின எழுத்துகள் – க ச ட த ப ற (இவை ஆறும், வன்மையாக உச்சரிக்கப்பட வேண்டும். எனவே வல்லெழுத்துகள். சும்மா சொல்லிப் பாருங்க. க்க, ச்ச, ட்ட, த்த, ப்ப, ற்ற என அழுத்தமாக நெஞ்சிலிருந்து பிறந்து வரும்).

மெல்லின எழுத்துகள் – ங ஞ ண ந ம ன (இவை ஆறும், மென்மையாக உச்சரிக்கப்பட வேண்டும். எனவே மெல்லெழுத்துகள். இதையும் சொல்லிப் பார்த்தாலே புரியும். மூக்கை விட்டு இறங்காமலே ஒலி வந்து விழும்).

இடையின எழுத்துகள் – ய ர ல வ ழ ள (இவை ஆறும் வன்மையாகவோ மென்மையாகவோ இன்றி இடைப்பட்ட கழுத்திலிருந்து உச்சரிக்கப்பட வேண்டும். எனவே இவை இடையினம்). இதுவும் தெரிஞ்சதுதான்.

எளிமையாகச் சொல்லக்கூடிய இந்த வல்லின, மெல்லின, இடையின எழுத்துகளை வரிசையாகச் சொன்னாலே 18 எழுத்துகள் வந்துவிடும்.

கசடதபற ஙஞணநமன யரலவழள – 18 எழுத்து வருதுல்ல?

இப்படியே இவை மூன்று வகையையும் வரிசைப்படுத்தாமல் க ங ச ஞ என்று வேறு ஒரு வரிசை வைக்கக் காரணம் உண்டு. அது, நமது தமிழ் முன்னோர்களின் ஆய்வு நுட்பம்!

மிகப் பெரும்பாலான தமிழ்ச் சொற்களில், வல்லினத்தை அடுத்து மெல்லின எழுத்துகள்தான் வரும் (கங சஞ டண தந றன). ஆனால் எழுத்து வரிசை வல்லினத்தை அடுத்து மெல்லினமே பெரும்பாலும் வருவதற்கு சொல்முறை எளிமையே காரணமாக இருக்கலாம் (எங்கே, மஞ்சள், கண்டேன், நின்றேன், வந்தேன்). இதுவே பேச்சு வழக்கிலும் (எங்க வந்த மந்த).

க ங – வல்லின எழுத்தை அடுத்து மெல்லின எழுத்து

ச ஞ – வல்லின எழுத்தை அடுத்து மெல்லின எழுத்து

ட ண – வல்லின எழுத்தை அடுத்து மெல்லின எழுத்து

த ந - வல்லின எழுத்தை அடுத்து மெல்லின எழுத்து

ப ம – வல்லின எழுத்தை அடுத்து மெல்லின எழுத்து

இடையின ஆறெழுத்தும் அவற்றின் பெயருக்கேற்ப (உச்சரிப்பு வன்மையாகவும் இன்றி மென்மையாகவும் இன்றி இடையினமாக) செருகப்பட்டு, கடைசியாக,

ற ன – மீண்டும் வல்லின எழுத்தை அடுத்து மெல்லின எழுத்து வரும்.

அவ்வளவுதாங்க...

உலகே இந்த இரட்டை எதிர்த்துருவ ஈர்ப்பில்தானே இயங்குகிறது??!!

நெட்டைனா குட்டை - பள்ளம்னா மேடு

தொப்பைனா சப்பை - ஆணுன்னா பெண்

வல்லினம்னா மெல்லினம்.

(அப்படின்னா பெண்கள்லாம் மெல்லிய மலர்தானான்னா, அது அவங்கவுங்க பார்வையைப் பொருத்தது. முரண்படும் இருவரில் ஒருவர் அனுசரித்துப் போவதுதான் வாழ்க்கை. அது ஆணா, பெண்ணா என்பது அவரவர் விருப்பம், சூழல். ரெண்டும் வெடச்சிக்கிட்டு நின்னா வேதனைதான்.)

சரி, ஒரு கிலோ அல்வா இனிப்பை ஒரே மூச்சுல சாப்புட முடியுமா?

முடியும்னு நினைக்கலாம். ஆனா முடியாது.

அதே அல்வாவோடு, கொஞ்சம் காராபூந்தி சேத்துக்கிட்டா கொஞ்சம் கொஞ்சமா ரெண்டையும் சாப்பிட்டு விடலாம்ல... அப்படித்தான்! வல்லினத்தை அடுத்து மெல்லினம் அமைக்கப்படுவது தமிழியல்பு. எதிரெதிர்த் துருவங்கள் ஒன்றை ஒன்று ஈர்ப்பதால்தான் உலகம் சுழல்கிறது என்பது அறிவியல்! தமிழ் எழுத்துக் குடும்பமும் இப்படித்தான்! உயிரும் மெய்யுமாய் வாழ்க்கை அமைந்து விட்டால் உயிர்மெய்யாய் இன எழுத்தாய் இணைந்து நடப்பதுதானே வாழ்க்கை?

இந்தியில் நான்கு க, தமிழில் ஒரே ஒரு க இருப்பது ஏன்?

தமிழில் ஒரே ஒரு க-தான் இருக்கிறது. ஆனால் அதை மூன்று வகையாக உச்சரிக்கிறோம். தமிழின் போதாமை இது என்று கூறுவாரும் இந்தியில் க நான்கு உச்சரிப்புகளோடு நான்கு எழுத்துகள் உள்ளனவே என்பாரும் இருக்கின்றனர்.

இது அறியாமையால் வந்ததே அன்றி தமிழின் குறையன்று.

க என்னும் ஒரே எழுத்தை,

கா க ம் – எனும்போது *ha* என்றும்

ம ங் கை – எனும்போது *ga* என்றும்

அ க் கா – எனும்போது *ka* என்றும் சொல்வது இயல்புதானே? மூன்று விதமாக உச்சரிக்கப்படுவது தமிழின் குறையல்ல, சிறப்பு! அடுத்திருக்கும் எழுத்தால் உச்சரிப்பு மாறுவதால்தானே இன எழுத்துகள் தமிழ் நெடுங்கணக்கில் அடுத்தடுத்து வைக்கப்பட்டுள்ளன! (க ங, ச ஞ, ட ண, த ந, ப ம, ற ன, என்று வல்லினம் மெல்லினம் என அடுத்தடுத்து வைத்த காரணம் வேறென்ன?)

ஒரே மனிதன் தன் தாய்க்கு மகனாகவும், தன் பிள்ளைக்குத் தந்தையாகவும், தங்கைக்கு அண்ணனாகவும், அண்ணனுக்குத் தம்பியாகவும், நண்பனுக்குத் தோழனாகவும் இருப்பது ஒன்றும் குழப்பமில்லையே? இயல்பான உறவு, நட்பின் சிறப்புத்தானே? அதுபோலத்தான் இந்த உச்சரிப்பு வேறுபாடும்! சார்பியல் விதியும் இப்படித்தானே சொல்கிறது? "நிலத்தியல்பால் நீர்திரிந்து அற்றாகும், மாந்தர்க்கு இனத்தியல்பது ஆகும் அறிவு" என்னும் திருக்குறள் கருத்தும் சரிதானே?

உன் நண்பனைக் காட்டு, நான் உன்னைப் பற்றிக் கூறுகிறேன் என்பதுபோல அன்றி இதை 'சாதிப்புத்தி' என்று தவறாகப் பொருள்கொண்டுவிடக் கூடாது.

அடுத்துள்ள எழுத்தின் தன்மை உச்சரிப்பை மாற்றுவது இயல்புதான். அதற்காக ஒவ்வோர் உச்சரிப்புக்கும் தனி எழுத்தே இருக்க வேண்டும் என்பதில்லையே?

ஆங்கில நாடக மேதை பெர்னாட்ஷா ஆங்கில உச்சரிப்பை இப்படித்தானே விளக்கினார்? GHOTI என்பதை FISH என்று அவர் படித்துக் காட்டியதை எல்லாரும் ரசித்தோமே? LAUGH-இல் உள்ள GH-ஐ F என்றும், WOMEN-இல் உள்ள O எழுத்தை I என்றும், EDUCATION-இல் உள்ள TI எழுத்துகளை SH என்றும், ஆக GHOTI = FISH என்று பெர்னாட் ஷா சொன்னதாகச் சொல்வார்கள்.

நகைச்சுவைக்காக என்றாலும் எல்லா மொழிகளுக்கும் இந்த வேடிக்கை இருக்கத்தானே செய்கிறது? ஆங்கிலம் இதனால் ஒன்றும் மதிப்புக் குறைந்து விடவில்லையே!

எனவே உச்சரிப்பை "செந்தமிழும் நாப்பழக்கம்" என்போம். சொல்லிச் சொல்லிப் பழகப் பழகத் தமிழ் இலக்கணம் இனிதானது சுவையானது என்பது புரியும்!

இது போலவே -

சின்ன ர என்பதும் தவறு!

பெரிய ற என்பதும் தவறு!

ர - இதனை, இடையின ர கரம் என்பதே சரியானது

- வரம், தரும், மரம், உரம்.

ற - இதனை வல்லின ற கரம் என்பதுதான் சரி

- மறம், அறம், வெறும், முறம்.

இதுல ஒரு வேடிக்கை பாருங்களேன்!

சிறிய என்னும் சொல்லில் "பெரிய" ற வருகிறது!

பெரிய என்னும் சொல்லில் "சிறிய" ர வருகிறது!

வல்லினத்துக்கும் மெல்லினத்துக்கும் இடையில வர்ரது இடையினம். (மார்புக்கும் மூக்கிற்கும் இடையில் தொண்டையில் தோன்றுவதாலும், வன்மையாகவும் இல்லாமல் மென்மையாகவும் இல்லாமல் இடைப்பட்ட ஓசை என்பதாலும்தான் இதற்கு இடையினம் என்று பெயர் வந்தது. குறிஞ்சி முல்லை மருதம் நெய்தல் பாலை எனும் ஐந்து திணையில்,

நடுவில் வரும் மருத நிலத்தில் ஆடு மாடுகளோடு ஓரிடத்தில் வாழத் தொடங்கிய மனிதர்கள் இடையினம் இடையர் இனம் எனப்பட்டது போல... சாதிகளின் பெயர்கள் தொழில்களிலிருந்து செயற்கையாக உருவாக்கப்பட்டது போலத்தான் இடை இடையினம் என்பதும். எழுத்துக்கும் வாழ்க்கைக்குமான தொடர்பு பாருங்கள்!)

அட, நம்ம நடுத்தர வர்க்கம்னு வச்சிக்குங்களேன்...

வலுத்த கோடீஸ்வர வர்க்கம் - வல்லின எழுத்து;

வறுமைப்பட்ட ஏழை வர்க்கம் - மெல்லின எழுத்து;

இடையில லோல்படுற நடுத்தர வர்க்கம்! - இடையின எழுத்து.

வாழ்க்கை முறையை இப்படி எழுத்து அமைப்பிலும் வச்ச நம்ம தாத்தாமாரு-பாட்டிமாருக எப்பேர்ப்பட்ட ஆளா இருக்கணும்? யோசிங்க..!

இதுல வல்லெழுத்து ரெண்டும் சேர்ந்து வராது.

சில பேரு ‘முயற்ச்சி’ னு எழுதறது தப்பு.

என்னதான் ‘கடுமையான’ முயற்சியா இருந்தாலும்

அது முயற்சிதான். ‘முயற்ச்ச்சி’ ஆகாது!

இதே மாதிரி, உயிரெழுத்தில்

அ-ஆ இ-ஈ உ-ஊ எ-ஏ ஐ-இ ஒ-ஓ - என இன எழுத்துகளும் வரும்.

கவிதை எழுதுவோர்க்கு... இந்த எதுகை மோனை (ஓசை ஒழுங்கு) அறிந்து எழுத்துகளைப் போட்டால் கவிதை சுவைக்கும், நினைவில் நிலைக்கும்.

2

அறிவியல் வாழ்வும் தமிழ் இலக்கணமும்

உலக அளவில் உள்ள மொழிகளில் தமிழே மிகத் தொன்மையானது, **"கல்தோன்றி மண்தோன்றாக் காலத்தே வாளோடு முன்தோன்றி மூத்த குடி"** (புறப்பொருள் வெண்பா மாலை - கொளு) என்றெல்லாம் தமிழ் மொழியின் பெருமை பேசப்படுவது மகிழ்ச்சிதான். ஆனால், இதை விடவும் தமிழ் மொழி அறிவியல், உளவியல், வாழ்வியல் வழிகாட்டியாக இலக்கண இலக்கிய நயம் மிகுந்த மொழியாக, இரண்டாயிரம் ஆண்டுக்கும் மேலாக, மக்களால் தொடர்ச்சியாகப் பேசப்பட்டு வருகிறது என்பதுதான் பெருமையிலும் பெருமை!

இரண்டாயிரம் ஆண்டுக்கு முந்திய புறநானூறு சொல்வதைக் கேளுங்கள்!

"நல்லது செய்தல் ஆற்றீ ராயினும் அல்லது செய்தல் ஓம்புமின்" - "அட, நீங்க நல்லது செய்ய முடியலன்னாக் கூட, பரவாயில்லங்க, கெட்டது செய்யாம இருங்க, அது போதும்!" (புறநானூறு-195). இது இன்றும் பொருந்தும் வாழ்வியல்தானே?

"இன்னாது அம்ம இவ்வுலகம், இனிய காண்க இதன் இயல்புணர்ந்தோரே" - "இந்த உலகம் பொல்லாதது, நல்லத மட்டும் பார்த்துக்கிட்டு போய்க்கிட்டே இருக்கணும்" (புறநானூறு-194) என்பது, இன்றும் நமக்குத் தோன்றக்கூடிய வாழ்க்கைச் சலிப்பை உடைக்க உதவும் நேர்முகச் சிந்தனைதானே?

"இம்மை மாறி மறுமை ஆயினும் நீயாகியர் என் கணவனை" – தும்மலுக்கும் குறட்டைக்கும் மணமுறிவு கேட்கும் இன்றைய உலகில், ***"அடுத்த பிறவியிலும் நீயே என் கணவன்"*** என்று அறுபதாம் கல்யாணம் நடத்தும் பண்பாட்டை உலகுக்கு உரைக்கும் வாழ்வியல் சிந்தனையை அம்மூவனாரின் குறுந்தொகை-49இல் பார்க்க முடிவது வியப்புக் கலந்த மகிழ்ச்சிதானே?

"நிலம் தீ நீர் வளி விசும்பொடு ஐந்தும் கலந்த மயக்கம் உலகம்" என்று தொல்காப்பிய –இலக்கண- நூல் (பொருளதிகாரம்-மரபியல்-1589) சொன்ன அறிவியல், மற்றும் உயிர்களின் பரிணாம வளர்ச்சி குறித்த அதன் விளக்கம் (நூற்பா-1526 முதல் 1532 முடிய) அதை இலக்கண நூல் என்பதையும் கடந்து அறிவியல் நூலெனக் காட்டுகிறதே! தொல்காப்பியத்தின் "ஒன்றறிவதுவே" என்று தொடங்கும் ஏழு நூற்பாக்கள், இருபதாம் நூற்றாண்டின் மனிதப் பரிணாம வளர்ச்சிக் கொள்கையை ஒத்திருக்கும் வியப்பை, டார்வினோடு ஒப்பிட்டு, "தொல்காப்பியருக்கு ஏன் நோபல் பரிசு தரவில்லை?" என இதே நூலில் ஒரு தனிக் கட்டுரையாகவே எழுதியிருக்கிறேன்.

இவ்வாறாக, இன்றைய அறிவியல் ஒப்புக் கொண்டதை 2500 ஆண்டுக்கு முன்னே சொன்ன நூலை வெறும் மொழி-இலக்கணம் என்றா சொல்ல முடியும்? அறிவியல் வழிப்பட்ட வாழ்க்கை இலக்கணம், சமூக அறிவியல் நூல் என்பதுதானே உண்மை?

உலகளவில் உள்ள மொழிகளில், எழுத்து இலக்கணம், சொல் இலக்கணம் உண்டு, வாழ்க்கைக்கு இலக்கணம் படைத்த மொழி தமிழ்தான்! தொல்காப்பிய இலக்கணம், வாழ்க்கையை அகம், புறமென இரண்டாகப் பிரித்ததே அழகு என்றால், காதல் வாழ்க்கையை, களவு, கற்பு என்று இரண்டாகப் பிரித்தது பேரழகு! இதில்தான் என்ன நுட்பம்! "களவும் கற்று மற" என்னும் பழமொழி, என்ன சொல்கிறது? "வாழ்நாள் முழுவதும் மறைந்து மறைந்தே காதலிக்க வேண்டாம்பா! மற்றவர் அறியாத காதலில் சில காலம் திளைத்து, பிறகு இருவரும் திருமண வாழ்வில் இணைந்து –களவை மறந்து- (காதலை மறந்தல்ல) காதலித்துக் கொண்டே கற்பு வாழ்வைத் தொடர வேண்டும்!" என்பது எவ்வளவு பெரிய வாழ்க்கைப் பாடம்! வாழ்க்கையை இதைவிட எப்படி அழகாக நெறிப்படுத்த முடியும்?! இதுதான் தமிழ் இலக்கணத்தின் மிகச் சிறந்த நுட்பம்!

காதலின் ஒவ்வொரு படிநிலைக்கும் திருமணத்திற்குப் பிந்திய கணவன்-மனைவியின் சமூகப் பொறுப்புக்கும் கூட திணை-துறை எனும்

இலக்கணப் பிரிவுகளில் அழகியல் கலந்து தருவதைப் பற்றி வியக்காமல் இருக்க முடியுமா?! இந்த அக இலக்கணப்படியே திருக்குறள் எழுதிய வள்ளுவர், அறத்தின் வழியே பொருளீட்டி, இன்பம் துய்த்து வாழ, தமிழர்களுக்கு என்றென்றும் கலங்கரை விளக்காக 133 அடிகளில் – கஜா புயலுக்கும் கலங்காமல் - குமரியில் நிற்கிறார்!

ஆமாம்! வள்ளுவன் தன்னை உலகினுக்கே தந்த குறள், தமிழ் இலக்கண நெறியில், உலகியல், அறிவியல், பொருளியல், உளவியல் கருத்துகளை அறவியலும் அழகியலும் கலந்து தந்ததால்தான், இப்பெரும் காலவெளியை வென்று இப்போதும் நிற்கிறது என்பது பலரும் அறியாத நுட்பம்! பாருங்களேன் –

களவியல், கற்பியல் என்பது தொல்காப்பியர் பிரித்தளித்த அகஇலக்கணம். அவ்வாறே அறநூலில், காமத்துப் பாலை அமைத்தார் வள்ளுவர்! வாழ்வை எப்படி நடத்த வேண்டும்? அறவழி நடத்த வேண்டும்! அதுதான் அறத்துப் பால்! அறவழியில் பொருளியலின், அரசியலின் முக்கியத்துவத்தை அறிய வேண்டும், அதுதான் பொருட் பால்! பொருள் தேடுவதிலேயே காலத்தைக் கடத்தி விடாமல் - அதாவது வாழ்வதற்கும் பொருள் வேண்டும், வாழ்வதிலும் பொருள் வேண்டும் என்று ஆழ்ந்து சிந்தித்ததுதான் இன்பத்துப் பால். கவிதை நுட்பம் கலந்து வாழ்க்கை இலக்கணத்தை, இலக்கியமாய்ச் செய்த பாடம்தான் திருக்குறள்.

திருக்குறளில் மொத்தமுள்ள 133 அதிகாரப் பிரிப்பிலும் ஆழ-அர்த்தமுண்டு!! மொத்தமுள்ள 133 அதிகாரத்தை முழு வாழ்க்கை என்று எடுத்துக் கொண்டால், அறத்திற்கு 38 அதிகாரம், அதாவது வாழ்வில் சுமார் 30 விழுக்காட்டுப் பகுதியை அறச்செயலில் ஈடுபடுத்த வேண்டும் என்பதை உணர்த்தும். பொருளுக்கு 70 அதிகாரம், வாழ்வில் பாதிக்கு மேல் பொருளீட்டுவதிலும் அதை வகுப்பதிலும் அரசியலைப் புரிந்து கொள்வதிலும் செலவழி என்பதை உணர்த்தும். இன்பத்திற்கு 25 அதிகாரம் கால்பகுதிக்கும் குறைவாகவே காதல்-திருமண வாழ்வுக்குத் தரவேண்டும் என்று, மனிதர் தம் வாழ்வை எப்படிப் பிரித்துக் கொள்ள வேண்டும் என்ற வள்ளுவரின் - அதிகாரப் பகிர்வு - வழிகாட்டுதல் இருக்கிறதே! அடடா!

தொல்காப்பிய இலக்கணத்தின்படியே முப்பிரிவுகளை அமைத்த வள்ளுவரும், வீடு பற்றிப் பாடாமல் விட்டது ஏன்?! அதுதான் வாழ்வியல் இலக்கணம்! "மண்ணில் தெரியுது வானம்" அன்றி வேறு சொர்க்கம், நரகம் இல்லை, என்பதே வள்ளுவரின் வாழ்க்கை பற்றிய வழிகாட்டுதல். இதுவும் தொல்காப்பியரின் இலக்கண நெறியே.

"இன்பமும் பொருளும் அறனும் என்றாங்கு" (தொல்.பொருள். களவு-1038) *"அறமுதலாகிய மும்முதற் பொருள்"* (தொல்.பொருள் செய்யுளியல்-1363). இதையும் போகிற போக்கில் இன்பத்துப் பாலில் சொல்லிவிடுவார் வள்ளுவர் -

"தாம்வீழ்வார் மென்தோள் துயிலின் இனிதுகொல் தாமரைக் கண்ணான் உலகு?" (குறள் எண்: 1103) தம்மை உளமார விரும்பும் காதலியின் தோளில் சாய்ந்து உறங்குவதை விட, சொர்க்கம் பெரிதா என்ன?

இதோடும் இலக்கணத்தை விடவில்லை வள்ளுவர்! பொதுவாக அகம் எனும் காதலுக்கு வாழ்வின் கால்பகுதி என்பதும் கூட நிறைவாகப் படவில்லை வள்ளுவருக்கு! "நம்ம ஆள விட்டா காலம் பூரா காதலிச்சிக்கிட்டே திரிஞ்சு வாழ்வைப் பொருளற்றதாக்கி விடுவான்" என்று புரிந்துதான், களவுக்கும் கற்புக்கும் இத்தனை இத்தனை காலம் போதும் என்றும் வகுத்தளித்தார்!

ஆமாம்.. காதலையும் பிரித்து களவு, கற்பு என்றவர் திருமணத்திற்கு முந்திய களவுக் காதலுக்கு 7 அதிகாரம், திருமணத்திற்குப் பிந்திய கற்புக் காதலுக்கு 18 அதிகாரம் என்றும் பிரித்தார்! அதாவது, சில ஆண்டுகள் திருமணத்திற்கு முந்திய காதலில் திளைக்கலாம், திருமணத்திற்குப் பிறகு கணவன்-மனைவியாக வாழக்கூடிய காதல் வாழ்க்கைதான் மிகப் பெரிது என்கிறாரே!

இப்படிச் சிந்தித்தால், திருக்குறள், அறஇலக்கிய நூல்தானா, இல்லை அகவாழ்வின் இலக்கண நூலா என்று சிந்திக்க வைக்கிறதல்லவா?? அதனால்தான் குறளை வாழ்க்கைக்கு இலக்கணம் வகுத்த நூல் என்கிறோம்! அறவழிப்பட்ட அறிவியல் முறையிலான வாழ்க்கைக்கான இலக்கணம். இதில் வீடுபேறு எல்லாம் தேவையில்லை!

தொல்காப்பிய இலக்கணம் காட்டும் அக இலக்கணத்திற்குரிய *"இடமும் பொழுதும்"* எனும் பிரிவுகள், இன்றும் பொருந்தக்கூடிய அறிவியல் சிந்தனையான சார்பியல் தத்துவத்தோடு (Relativity Theory and The Time and Space) ஒத்துப்போவது பெருவியப்பல்லவா? இது மட்டுமல்லாமல், டார்வின் கூறும் மனித குல வரலாற்றின் *பரிணாம வளர்ச்சி* (Evolution Theory of Charles Darwin) அப்படியே தொல்காப்பிய அகத்திணை மரபில் பொருந்தி வருவதை மட்டுமல்ல, மார்க்ஸ் வகுத்த மனிதகுல வரலாற்றுக் குறிப்புகளும் இப்படி ஒத்திருப்பது கண்டு, உலக அறிவியலாளர்கள் வியந்து போவது இயல்புதானே?

குறிஞ்சி – மனிதக் குரங்குகள் வாழ்ந்த மலைகளில் - உணவு தேடும் நிலை.

முல்லை – குரங்கு மனிதர்கள் வளர்ந்த காடுகளில் - வேட்டையாடும் நிலை.

மருதம் – மனிதர்கள் உருவாக்கிய வயல்களில் – உணவு பயிரிடும் நிலை.

நெய்தல் – ஆறு அறிவு வளர்ந்த மனிதர் கடலில் – வணிக நிலை.

இந்த நான்கும்தான் தமிழ்நாட்டின் நிலங்கள் என, நானிலம் என்றால் உலகம் எனும் வழக்கும், தமிழில் உண்டு. (திரைப்பட விளம்பரங்களில் பார்க்கலாமே – "நானிலம் போற்றும் நாலாவது வாரம்!") பாலை இலக்கணம் தனியே இல்லை என்பதிலிருந்தே பின்னர் உலகின் பிற பகுதிகளில் உள்ள வறண்ட நிலப்பகுதி கண்டு, அதற்கும் பேரிட்டனர் தமிழர்கள் என்று புரிந்து கொள்ளலாம்.

பாலை நிலம் வெப்பமான, பயிர் வளரத் தகுதியற்ற வறண்ட நிலம். இதனைச் சிலம்பின் வரிகளில்தான் அறிய முடிகிறது. கோவலனும் கண்ணகியும் காவேரி ஆற்றின் வளமான நிலப்பகுதியை விட்டு, மதுரைக்குப் போகும் வழியில், அவர்களுக்கு வழி சொல்லும் கவுந்தி அடிகள் குறிப்பிடும் நிலப் பகுதி இன்றும் வறட்சிக்குப் பேர்போன புதுக்கோட்டை மாவட்டத்தின் தென்மேற்கில் கொடும்பாளூர் பகுதி என்பது குறிப்பிடத்தக்கது.

இந்த வரிகளைத்தான், தமிழ் இலக்கணத்தில் பாலை என்பதற்கான விளக்கமாக இன்றும் கூறி வருகிறோமே அன்றி பாலைக்கு என வேறு இலக்கண விளக்கம் பழந்தமிழ் இலக்கண நூல்களில் இல்லை! அந்த வரிகள் முக்கியமானவை –

"முல்லையும் குறிஞ்சியும் முறைமையில் திரிந்து
நல்லியல்பு இழந்து நடுங்குதுயர் உறுத்து,
பாலை என்பதோர் படிவம் கொள்ளும்"

(சிலப்பதிகாரம் - காடுகாண் காதை – 64-66)

ஆக, வாழ்க்கைக்கும் வாழிடத்துக்குமான தொடர்பை உணர்த்தியது அறிவியல் அல்லவா?

பிறகு மனிதனுக்கும் பொழுதுக்குமான தொடர்பை உணர்ந்து பொழுதுகளை பெரும்பொழுது, சிறுபொழுது என்று சொன்னதும்

தொல்காப்பிய இலக்கண நூலே! ஆண்டு ஒன்றை ஆறு பெரும்பொழுதுகளாகப் பிரித்து இரண்டிரண்டு மாதங்களாக வகுத்ததும், நாள் ஒன்றை ஆறு சிறுபொழுதுகளாகப் பிரித்ததும் அறிவியல் பார்வையே அல்லவா?

ஒரு நாழிகை என்பது இன்றைய மணிக்கணக்கில் நான்கு மணிநேரம்! ஆறு நாழிகைதான் ஒரு நாள்! அந்தப் பழைய வழக்கு இப்போதும் தமிழ் மக்களிடம் உள்ளது! "சரி சரி, கிளம்பு நாழியாச்சு!" என்பது பழந்தமிழின் நேரப் பிரிவுதானே? இன்றைய அறிவியல் சொல்வதற்கு இரண்டாயிரம் ஆண்டுக்கு முன்னே இதைச் சொன்ன தொல்காப்பியரின் அறிவியல் பார்வையை இன்னும் ஆய்வு செய்யலாமல்லவா?

அப்படி ஆய்வு செய்வோர் - இன்னும் இரண்டு திணைகளைப் பற்றிய உளவியல் ஆய்வுகளையும் சேர்த்து ஆழமாய்ச் செய்ய ஏற்ற கருத்துகளைப் பார்ப்போம். இவை இரண்டும் சேர்த்தால் அகத்திணை என்பது ஏழு என்றாலும், இவற்றை தமிழ் இலக்கணம் அன்பின் ஐந்திணையில் சேர்ப்பதில்லை! ஏனெனில் இவை ஒத்த கருத்துடைய அன்பில் உருவாகவில்லையாம்! எனினும் மனித வாழ்வில் அதுவும் அக வாழ்வில் அமைந்தே கிடப்பதால் இவற்றை, தூய அன்பின் வழியான காதல் அல்லாவிட்டாலும் உலகிற்காக வாழும் அகவாழ்வின் பிரிவில் வைத்தனர் போலும்! ("முதல் மரியாதை" படக் கதையில் வரும் சிவாஜி மாதிரி வேண்டா வெறுப்பாக வாழ்வதும் மனித வாழ்வில் நடப்பதுதானே?)

இந்த இரண்டில் ஒன்று - ஆறாம் திணையாக வரும் கைக்கிளை - இது ஒருபக்க அன்பு! ஒருதலைக் காதல்! அகத்திணை, புறத்திணை இரண்டிலும் வரும் இதன் நுட்பமும் அளவில்லாதது, புரிந்த பின் வியக்க வைப்பது.

இதை என் வகுப்பில் நடத்திக் கொண்டிருந்தபோது மாணவர் ஒருவர் கேட்டார், "கைக்கிளை, ஒருபக்க அன்பு என்றால், புறத்திணையில் எப்படி வரும்?".

நான் சொன்னேன் - "நல்ல கேள்விதான்! அகத்திணையில் வருவது இயல்பு, 'நீ பாத்துட்டுப் போனாலும் பாக்காம போனாலும் பாத்துக்கிட்டேதான் இருப்பேன்' என்பது அகத்திணையில் வரும் கைக்கிளைக் காதல். இது புறத்திணையிலும் வரும்! நடிகர் விஜய் படம் வெளிவந்தபோது, அவரது படத்திற்கு முன் நின்று காரைக்குடி இளைஞன் ஒருவன் தன் விரலை வெட்டிக் கொண்டானே? (ஆண்டவருக்கான

வேண்டுதல் போல!) அவனை அதற்கு முன் அந்த நடிகருக்குத் தெரியுமா? தெரியாதல்லவா? அதுதான் ஒருபக்க அன்பு!" என்றேன்.

இது, பெரும் புகழ்பெற்ற அனைவருக்கும் உள்ளதுதான். தன் அன்பினால் கோவை மக்களுக்கு மலிவு விலையில் உணவும், மருந்தும், கல்வியும் தந்த 'சாந்தி கியர்ஸ்' கிருஷ்ணமூர்த்தி அவர்களுக்கு, என்னைப் போலும் பலரைத் தெரியாது. ஆனால் அவர் அறியாத பலரும் அவரையும் அவரது அன்புள்ளத்தையும் அறிந்து வைத்திருந்தனர் அல்லவா? அதனால்தானே அவரது இறுதி ஊர்வலத்தில் அவ்வளவு மக்கள் கலந்து கொண்டார்கள்! இப்படி அன்பு செலுத்தப்படும் ஒருவர் மற்றவரை அறியாது இருப்பதே கைக்கிளைப் புறத்திணை.

இது பெரிதல்ல! அடுத்து வரும் பெருந்திணைப் பெயர்தான் இன்னும் வியப்புக்கு உரியது. ஏனெனில் பெருந்திணைக்கான சிறு விளக்கம் – பொருந்தாக் காதல் என்பதே ஆகும். வயது, கல்வித் தகுதி, சமூகநிலை என ஏதாவது ஒன்றேனும் இருவருக்கும் பொருந்தாமல் போய்விட்டால், அந்த நிலை பெருந்திணை எனப்படுகிறது. இங்குதான் சிறப்பே! இந்தப் பொருந்தாக் காதலுக்குப் போய் இப்படி ஏன் பெருந்திணை என்று பெயர் தர வேண்டும்?

உலகில் ஐந்திணை எனும் பொருந்திப் போகும் காதலை விட, பொருந்தாக் காதலே அதிகமிருக்கும்! எனவே, பெரும்பான்மை கருதி இந்தப் பெயர் என்னும் வாழ்வியல் பார்வை என நான் நினைக்கிறேன். இதிலும் வாழ்க்கையைப் பற்றிய இலக்கணப் பார்வை தமிழர்க்கு மிகவும் இயல்பாகவே உள்ளது என்பதும் என் கருத்து.

ஆக, தமிழ் இலக்கணம் வெறும் இலக்கணம் அல்ல, அறிவியல்சார் வாழ்வியல் வழிகாட்டுதல்களின் அழகான தொகுப்பு என்றே சொல்ல வேண்டும்.

3

மக்கள் தமிழ், கொச்சைத் தமிழா?

தமிழ்நாடு அரசின் பள்ளியிறுதி வகுப்பு இலக்கணப் பகுதியில், "கொச்சையான சொற்களைத் திருத்தி எழுதுக" என்றொரு கேள்வி உண்டு! இது, தவறாமல் தேர்வுகளிலும் இடம் பெறும் என்பதால் இந்தப் பகுதியை மாணவர்கள் கவனமாகப் படித்து – அனேகமாக மனப்பாடம் செய்து – வைத்துக் கொள்வது வழக்கம்! "சாயந்தரம் பீச்சுக்குப் போலாமா?" என்பது போல வரும். இதைத் 'திருத்தி' "மாலையில் கடற்கரைக்குப் போகலாமா?" என்று எழுதிவிட்டால் இரண்டு மதிப்பெண் உண்டு!

வழக்கில் இலக்கண சுத்தமாகப் பேச முடியுமா என்ன? வழக்குமொழி வேறு, எழுத்துமொழி வேறுதானே? மொழிகள் அனைத்தும் அப்படித்தானே இருக்க முடியும்? '*Pretty Flower*' என்பதை, ஆங்கில வழக்கில் "*peti fo*" என்றுதானே சொல்கிறார்கள்!

கொச்சை என்றால் என்ன பொருள் என்று தெரிந்துதான் இந்தக் கேள்வியைக் கேட்கிறார்களா? அல்லது, இதிலும் நமது சமூக ஏற்றத்தாழ்வின் கறை படிந்திருக்கிறதா என்று பார்க்க வேண்டும்! ஏனெனில், 'புலவர் குழு' தொகுத்த "கழகத் தமிழ் அகராதி" நூலில் (1974-பதிப்பு, பக்கம்-389) கொச்சைச் சொல் என்பதற்கு, இழிந்த சொல், இழிந்தோர் பேச்சு என்று பொருள் போட்டிருக்கிறார்கள்!

பேச்சுத் தமிழ் வழக்கில் என்ன கொச்சை இருக்கிறது? வழக்குச் சொற்களை இலக்கணம் மாறாத எழுத்து வடிவில் எழுத வேண்டும்

என்று சொன்னால் கூடச் சரிதான். அதைக் "கொச்சை வழக்கு" என்பது எப்படிச் சரியாகும்? எழுத்து நடை வேறு, பேச்சு நடை வேறு.

குமரியில் பேசுவோரும், கோவையில் பேசுவோரும் பேச்சு நடையில் வேறுபடலாம். இதைத்தான் வட்டார வழக்கு என்கிறோம். ஆனால் இருவரையும் எழுதச் சொன்னால் ஒரே நடையில்தான் எழுதுவார்கள். இந்த வேறுபாட்டைக் கொச்சை என்பது வழக்குமொழியை அவமதிப்பதாகும்.

"பேச்சு வழக்கில் இருப்பதை, எழுத்து நடையில் மாற்றி எழுதுக" என்று கேட்க வேண்டிய கேள்வியை, "கொச்சைத் தமிழைத் திருத்தி எழுதுக" என்று கேட்பதால் வழக்குத் தமிழை அவமானமாகக் கருதும் நிலை உருவாகிவிடாதா? இதைக் கல்வியாளர்கள் சிந்திக்க வேண்டாமா?

உண்மையில் மக்கள் பேச்சு, இழிந்த பேச்சும் அல்ல, அதைப் பேசும் மக்களும் இழிந்தவர் அல்லர்! படித்தவரை விடவும் சாதாரண மக்கள் நல்ல தமிழையே தம் வாழ்வின் ஒவ்வொரு நாளும் பேசி வருகிறார்கள்.

புதுக்கோட்டை மாவட்டத்தை அடுத்துள்ள காரைக்குடி, பள்ளத்தூர் பகுதிகள் செட்டிநாடு எனப்படும். அங்கு இன்றும் பேசப்படும் வழக்குச் சொற்கள் பல வியப்பூட்டும் வகையில் அழகு தமிழ்ச் சொற்களாக இருப்பதைப் பார்க்க முடியும். சாவி எனும் பிறமொழிச் சொல்லுக்குப் பதிலாக "தொறகுச்சி" என்றும், மாலை நேரச் சிற்றுண்டியை "இடைப்பலகாரம்" என்றும், பேருந்து நிலையத்தை, "காரடி" என்றும் பேசக் கேட்கலாம்! திருநெல்வேலியில் தேதியை "பக்கல்" என்பார்கள். (பகு+அல்=பக்கல், பகுக்கப்படும் அல் - அதாவது இரவைப் பிரிக்கும் நாள்!)

குமரித் தமிழ் மலையாள மொழி உச்சரிப்புக் கலந்து வரும், நெல்லைத் தமிழ் கரிசல் மண்ணின் மணம் கலந்து கிடக்கும், மதுரைத் தமிழ் எதற்கும் அலட்டிக் கொள்ளாத பாசத் தமிழாக இருக்கும், கோவை திருப்பூர் ஈரோட்டில் புழங்கும் கொங்குத் தமிழ் மரியாதை தருவதாக இருக்கும், சென்னை செங்கற்பட்டு விழுப்புரத்தின் சென்னைத் தமிழ் மிகச் சாதாரணமான உழைக்கும் மக்களின் அவசரத் தமிழாக இருக்கும். இதில் கொச்சை எங்கிருந்து வந்தது? எனில், எந்த நாட்டிலிருந்தாலும் ஒரே மாதிரியாகப் பேசும் பிராமணத் தமிழ் கொச்சைத் தமிழ் பிரிவில் வருமா? அவர்கள் பேசுவதும் "இழிந்தோர் பேச்சு" வகையில் வருமா?

மண்ணின் மக்கள் பேசுவதைக் கொச்சை என்பது ஒரு மனநோய்! ஒன்று போலப் பேச வேண்டும் என, இதைப் பொதுமைப்படுத்துவது, மக்களை 'படுத்துவது'தானே அன்றி வேறல்ல! "இதைச் சாப்பிடு", "இதை

உடுத்து'', ''இப்படிப் பேசு'', ''இப்படிப் பேசாதே!'' - என்பது ஆதிக்க மனநிலை. இதைப் புரிந்து கொண்டால் நமது பன்முகப் பண்பாட்டின் அழகை ரசிக்க முடியும். இந்திய ஒன்றியங்களின் ஒருமைப்பாட்டைக் காக்கவும் முடியும்.

இலக்கணம் என்பது அதிகாரம் செலுத்த அல்ல, ஆற்றுப்படுத்த மட்டுமே! அனுபவமில்லாத குழந்தைகளுக்குப் பெற்றோர் அன்பான வழிகாட்டுதலை மட்டுமே செய்ய வேண்டும். இப்படித்தான் இருக்க வேண்டும் என்று கைகளை விடாமல் பிடித்துக் கொண்டே திரிந்தால், குழந்தைகள் வெறுத்துப் போய், சுய சிந்தனையை இழந்து விடுவார்கள்! மொழி இலக்கணமும் அப்படித்தான்! மொழிபேசும் மக்கள், மொழியை விடவும் முக்கியமானவர்கள் எனும் பொதுவான புரிதல் முக்கியம்தான். அதே நேரம் மொழியின் முக்கியத்துவத்தைக் குறைத்து மதிப்பிட்டால் பண்பாட்டு அழிவில் கொண்டுவிடும் என்பதும் முக்கியம்!

ஆங்கிலத்தில் *United States of America, British BroadCasting Corporation* என்பனவற்றை முறையே ''யுனைடட் ஸ்டேட்ஸ் அஃப் அமெழிக'' என்றும், ''ப்ரிடிஷ் ப்ராட்காஸ்டிங் காபழேஷன்'' என்றும்தானே அவர்கள் சொல்கிறார்கள்! ஆங்கில எழுத்தில் ழகரம் இல்லையே தவிர அவர்களின் உச்சரிப்பில் ழகரம் உண்டு! உச்சரிப்பு வேறுபாடுகள் தமிழிலும் உண்டு!

இன்னும் சொல்லப் போனால், ''கரிசல் வட்டார வழக்கு அகராதி'' தொகுத்து, தமிழின் வட்டார மொழிப் போக்கை அடையாளப்படுத்திய கரிசல் எழுத்தாளர் கி.ராஜநாராயணன் அவர்களும், ''கொங்கு வட்டாரச் சொல்லகராதி'' (2000) தொகுத்தளித்த எழுத்தாளர் பெருமாள் முருகன் அவர்களும் வளரும் தமிழுக்குப் பெரும்பணி செய்த பெருமக்கள் அல்லவா? இவர்கள் ''கொச்சை'' என்று வழக்குச் சொற்களை ஒதுக்கி விடாமல், ஆய்வு செய்து அகராதிகளும் தந்தது பெருமைக்குரியதுதானே?!

எனவே, வழக்குச் சொல் கொச்சைச் சொல் அல்ல, வட்டாரச் சொல் அல்லது பண்பாட்டுச் சொல் என்றே சொல்ல வேண்டும். நாட்டுப்புற இலக்கியம், நாட்டார் இலக்கியம், கிராமியக் கலைகள் என்பது போல அவை உழைக்கும் மக்கள் புழங்கி வரும் சொற்களே ஒழிய, ஒதுக்கப்பட்ட கொச்சைச் சொற்களல்ல! இன்னும் சொல்லப் போனால், சொல்லில் கொச்சை என்ன? புனிதமென்ன? சொல்லும் முறைதானே முக்கியம்?

ஏனெனில், தொல் இலக்கணமான தொல்காப்பியப் பாயிரமே, **''வழக்கும் செய்யுளும் ஆயிரு முதலின்...''** என்றுதான் இலக்கணத்தை

வகைப்படுத்துகிறது. இலக்கியம் கண்டதற்குத்தான் இலக்கணம் காண முடியும். இதில் “இலக்கியத் தரம் இல்லை” என்று ஒதுக்கி வைக்க நாம் யார்? சொல்லை ஒதுக்குவதில் சாதிய நோக்கம்தான் இருக்க முடியும். மற்றபடி சொல்லில் புனிதமும் இல்லை, கொச்சையும் இல்லை! சொல்லும் இடமே பொருள் தரும்.

“கெட்ட வார்த்தை” என்பது பொது இடங்களில் சொல்லத் தகாத சொல் என்ற புரிதல் ‘மங்கலம்’ எனும் இலக்கணத்தில் உள்ளது. இதையே புனிதமாக்கி, எழுத - பேசக் கூடாது என்று சொல்ல முடியாதே! தொடர்ந்து அடிவாங்கிக் கொண்டே இருப்பவன் இலக்கண சுத்தமாக அழ முடியுமா என்ன? அவன் கோவப்பட்டுச் சொல்லும் சொற்கள் “அசிங்கம்” என்பது அவன் வலியறியாத நம் தவறன்றி, தமிழின் தவறல்ல! அதை இலக்கியத்தமிழில் எழுத்தில் கொண்டுவரக் கூடாது என்று தடை போட முடியுமா?

வளர்தமிழின் தலித் இலக்கியத்தில் வரும் “கெட்ட வார்த்தை”கள் பலவும், படைப்புச் சூழலைப் பொருத்து உணர்ச்சி மிகுந்த சொல்லாகவே வரும். மயிறு, குசு, பீ, முலை, யோனி போலும் சொற்களை அந்தந்தப் படைப்பின் சூழலை வைத்துப் புரிந்துகொள்ள வேண்டுமே அன்றி சும்மா கெட்ட வார்த்தை என்று ‘தீட்டு’ பார்க்கத் தேவையில்லை.

இன்குலாபின் “மனுசங்கடா” பாடலில் வரும் ***“எவன் மசுத்த புடுங்கப் போனீங்க?”*** எனும் கேள்வியும், ஆதவனின் கவிதையில் வரும் “மசுரு”ம், அடிபட்டவரின் ஆவேச எதிர்க்கேள்வியே அன்றி, ஆகாத வார்த்தையா என்ன? கொச்சைச் சொல்லாகுமா இது?

பெருமாள் முருகன் அவர்களின் “கெட்ட வார்த்தை பேசுவோம்”, “பீக் கதைகள்” தொகுப்புகளையும், கவிஞர் குட்டி ரேவதியின் “முலைகள்” தொகுப்பையும், கவிஞர் ஜெயபாஸ்கரன் அவர்கள் “கெட்ட வார்த்தை” பயன்படுத்துவதையும் கொச்சை என்றோ, கெட்ட வார்த்தை என்றோ சொல்லலாமா?

வேண்டுமென்றே கவனம் பெறுவதற்காகச் செய்வது என்பதும்கூட எனக்குத் தவறாகப்படவில்லை! கவனிப்பாரற்றுக் கிடந்த இவை கவனம் பெற்று வரட்டுமே! (இது பற்றி “ஜெயபாஸ்கரன் கவிதையில் கெட்ட வார்த்தை” எனும் தலைப்பில் என் வலைப்பக்கத்தில் தனியே ஒரு கட்டுரை எழுதியிருக்கிறேன். இணைப்பு - tinyurl.com/3w6y45zj)

இலக்கணக் குறிப்பில் வரும் “மங்கலம்” எனும் குறிப்புக் கூட இப்படித்தான் உள்ளது. மஞ்சள் மங்கலம், கருப்பு அமங்கலம்,

எண்களில் எட்டு ஆகாது, என்பவை இந்துத்துவ சிந்தனையன்றி அறிவியல் சிந்தனை அல்லவே! "சிவப்பா இருக்கிறவன் பொய் சொல்ல மாட்டான்" என்பது போலும் மூட நம்பிக்கை, தமிழ் வழக்கில் ஊறிக் கிடக்கிறது. அவ்வப்போது வாய்க்காலைச் சுத்தம் செய்யாவிட்டால், ஆறே ஊருக்குள் வராது! அல்லது பெருவெள்ளம் வந்து வீட்டுக்குள் புகுந்துவிடும், கவனம்!!!

புதிதாகக் கட்டிய தாலி, நூல்பிரிகளுடன் பெரிதாக இருக்கும். அதைக் கழற்றிவிட்டு, அதைவிட அளவில் சிறிதான, ஆனால் தங்கம் (அ) மஞ்சள் கயிற்றில் அளவு சுருக்கிப் போடுவதைத் "தாலிபெருக்கிப் போடுவது" என்பது வழக்கம். தாலி சுருக்கி என்பது மங்கலமல்ல. எனவே இப்படிச் சொல்வதை மங்கலம் என்று இலக்கணம் செய்து வைத்தார்கள். அதே போல, குழந்தைகள் "பீ வருது" எனப் பலர் நடுவில் சொல்வதை "ஆய் வருது" (அ) "கக்கா வருது" என்று சொல்வதை 'இடக்கர் அடக்கல்' என்பது இலக்கண வழிகாட்டுதல். இதிலென்ன தவறு என்று கேட்பவர்க்காக ஒரு சிறு விளக்கம் –

'கக்கன்' என்பது பீ அள்ளும் தொழிலைச் செய்துவரும் தாழ்த்தப்பட்ட மக்களைக் குறிக்கும் மராட்டி மொழிச் சொல். அதை தாழ்த்தப்பட்ட மக்களுக்கான பெயராக்கி விட்டார்கள். அமாவாசை, மண்ணாங்கட்டி என்று பெயர் சூட்டுவது போல. இதை மாற்ற வேண்டும் என்று செயல்பட்டால், இந்த இலக்கணத்தைத் திருத்தத்தானே வேண்டும்?

பெயரில் என்ன இருக்கிறது என்பார்க்கு உதாரணமாக 'சுப்பிரமணியன்' என்னும் பெயரைத் தாழ்த்தப்பட்டவர்கள் வைத்திருந்தால் அவரை "சுப்பா" என அழைப்பதும், உயர்சாதிக்காரர் வைத்திருந்தால் அவரை "மிஸ்டர் ஸ்வாமி" என தொலைக்காட்சிகளில் விளிப்பதும்தானே நம் சாதியச் சமுதாயம்?

எனவே இந்த மங்கல, அமங்கல, இடக்கர் அடக்கல் இலக்கணச் சொற்களின் சாதியப் பின்னணியைப் புரிந்து கொள்ளாமல் கொச்சை, புனிதம், மங்கலம், அமங்கலம் என்பதெல்லாம் இலக்கணம் எனும் பெயரில் இனியும் தொடரக் கூடாதல்லவா? இன்னும் புரியாதவர்கள், "மஞ்சள்" எனும் தோழர் ஜெயராணி எழுதிய நாடகத்தை கூகுளில் போய், தேடிப் பிடித்துப் பார்க்கும்படி பரிந்துரைக்கிறேன்.

எனவே, சொல்லில் புனிதமோ அசிங்கமோ கொச்சையோ இல்லை.. இடத்திற்கேற்ப அதன் முக்கியத்துவத்தைப் புரிந்து கொள்வதே சரி.

'படித்த' மக்களுக்கான இலக்கியமாக இருந்தவரை எழுத்து நடை, பேச்சு நடை வேறு வேறாக இருந்திருக்கலாம். மக்கள் இலக்கியம் படைக்கும்போது, பேச்சுத் தமிழ் எழுத்துத் தமிழில் வரத்தான் செய்யும்.

கல்கி நினைவுச் சிறுகதைப் போட்டியில் இரண்டாம் பரிசு பெற்ற எனது, "குஞ்சானியின் டாட்டா" எனும் சிறுகதையைப் பார்த்த தமிழறிஞர் ஒருவர், என்னைப் பாராட்டிய கையோடு, "இப்படி எனக்கு எழுத வராது!" என்றபோது நான் ஒன்றும் வியப்படையவில்லை! அந்தச் சிறுகதையில் எளிய சிறுவன் ஒருவனின் நிலை பேச்சு வழக்கிலேயே வருவதுதானே இயல்பு? அதை மரபுத் தமிழறிஞர்கள் ஏற்றுக் கொள்ளாதது இயல்புதானே? எதார்த்த இலக்கியம் அப்படி இருக்க முடியாதல்லவா? பேச்சு நடையில்தானே அந்த எழுத்து இருக்க முடியும்?

இதைத்தான் கரிசல் இலக்கிய மேதை, தனி இலக்கிய வகையாக வளர்த்தெடுத்தார்! இந்த இடத்தில்தான் தமிழின் மரபு தடுப்பதாகப் பழந்தமிழ்ப் புலவர் சொல்வதை என்னால் ஏற்க முடியவில்லை!

பெருந்தமிழறிஞர் அய்யா தமிழண்ணல் மிகச் சிறந்த கட்டுரைகளையும் தமிழ் இலக்கணக் குறிப்புகளையும் தந்தவர். ஆனால், அவர்கூட, தனது "உங்கள் தமிழைத் தெரிந்து கொள்ளுங்கள்" எனும் நூலில், (மீனாட்சி புத்தக நிலையம், இரண்டாம் பதிப்பு-2010, பக்கம்-27) "பேசுவது போலவே எழுதுவது, தற்கொலைக்கு ஒப்பானது. அதிலுள்ள ஒலித்திரிபுகள், கொச்சைமொழி, குறுமொழி, பிழைமொழிகளைப் பயன்படுத்துகின்றவர்களுக்குக் கடுந்தண்டனை தரவேண்டும்" என்பதை என்னால் ஏற்க இயலவில்லை!

நாம் தொல்காப்பியரின், பனம்பாரனாரின் "வழக்கும் செய்யுளும் ஆயிரு முதலின் எழுத்தும் சொல்லும் பொருளும் நாடி" இலக்கணம் படைத்த கைகளைப் பிடித்துக்கொண்டு போய்க்கொண்டே இருக்க வேண்டியதுதான்!

4

பொதுவான சில சந்தேகங்கள்

தமிழைப் பேசும்போதும் எழுதும்போதும் பெரும்பாலானவர்கள் செய்யும் பிழைகளைப் பொதுவாக மூன்று வகைப்படுத்தலாம். எழுத்துப் பிழை, சொல்லில் ஏற்படும் பிழை, தொடர்களில் நிகழும் பிழைகள் ஆகிய இம்மூவகைப் பிழைகளே முக்கியமானவை.

இவையன்றிக் கருத்துப் பிழை தனி வகை. இன்னும் சொன்னால், எழுத்துப் பிழையை விடவும் கவனமாக இருக்கவேண்டிய இடம் அதுதான். எனினும் இப்போது எழுதும் பிழைகளைப் பற்றிப் பார்ப்போம்!

எழுத்துப் பிழைகள்

இந்த இடத்தில் எந்த எழுத்து வரும் எனும் மயக்கம்.

(ல-ள, ண-ன-ந, ர-ற இவற்றின் வேறுபாடு பற்றியது.)

ஒற்று வருமா வராதா எனும் மயக்கம்.

(க், ச், த், ப் எந்த இடத்தில் வரும் அல்லது வராது.)

லள - ணனந - ரற பற்றி, முதல் கட்டுரையிலேயே பார்த்தோம். எனவே இனி, சொல்லில் நிகழும் பிழைகள், மயக்கங்கள் பற்றிய கருத்துகளைப் பார்ப்போம்!

சொல்லில் நிகழும் பிழைகள்

கர்ணனைக் கண்ணன் என்பது போல வரும் சொல் பிழைகள்.

கர்ணன் என்பவன் மகாபாரதத்தில் வரும் ஒரு பாவப்பட்ட பாத்திரம்! கண்ணன் என்பது ஏற்கெனவே வடமொழியில் உள்ள, கிருஷ்ணா எனும் வேறொரு சொல்லுக்கான தமிழ்ச் சொல். அது நல்ல தமிழாக்கம். கர்ணன் காது, மார்பில் கவச குண்டலங்களோடு பிறந்தவன் என்பதன் சுருக்கம். கர்ணனைக் கன்னன் என்று எழுதுவார் பாரதியார், அது வேறு (கன்னத்தை ஒட்டிய பகுதி). கும்பகர்ணனை, கும்பகன்னன் என்பதும் இவ்வாறே பொருள்படும்.

மக்கள் தொகை – இவ்வாறு பிரித்து எழுதும்போது பிரச்சினை இல்லை. சேர்த்து எழுதும்போது, "மக்கட்தொகை" என எழுதுவது தவறு. ஏனெனில் மக்கள் தொகை என்பதை இணைத்து எழுதினால் "மக்கட்டொகை" என்று எழுதுவதே சரி என்று நம் இலக்கணம் சொல்கிறது.

இதே போல, பள்ளிகளில் விளையாட்டுப் போட்டி நடத்தி ஆண்டுவிழாவில் பரிசு தரும் விழா அழைப்பிதழில் உடல்திறப் போட்டி என்பதை "உடற்றிறப் போட்டி" என்றே போடுகிறார்கள். இலக்கணத்தின்படி இது சரிதான் என்றாலும், விளையாட்டில் ஆர்வமுள்ளவர்கூட இந்தச் சொல்லைப் பார்த்து மிரண்டு போனதைப் பார்த்திருக்கிறேன்!

இது போலும் இடங்களில் "டற வரின் இரட்டிக்கும்" எனும் இலக்கணத்தை, செய்யுளில் வேண்டுமானால் வைத்துக் கொள்ளலாம், பேசும்போதோ உரைநடையில் எழுதும்போதோ உடல் திறப் போட்டி, மக்கள் தொகை என்று போடுவதே எளிதில் புரியும்படியும் பொருத்தமாகவும் இருக்கும்.

பெரும்பாலும், புரியாதது கவிதையாக இருந்தாலும் இலக்கணமாக இருந்தாலும் அதன் பயன் குன்றிப் போகும் என்பதால் இந்த இடத்தில் எளிமைப்படுத்தலாம். தமிழ் வழக்கில், நல்ல, எளிய தமிழ்ச் சொற்களைப் பயன்படுத்துவதே தமிழ் வளரும் வழி.

தவறாக எழுதப்படும் சொற்களுக்கான திருத்தங்கள் சில

பிழை	திருத்தம்
60வது ஆண்டுவிழா	60ஆவது ஆண்டுவிழா
60ம் ஆண்டு	60ஆம் ஆண்டு
60தாவது ஆண்டுவிழா	60ஆவது ஆண்டுவிழா
அங்கயர்க்கண்ணி	அங்கயற்கண்ணி
அடையார்	அடையாறு
அண்ணாக்குடி	அரைஞாண் கொடி
அதேப்போல்	அதே போல்
அருகாமையில்	அருகில்
அருவாமனை	அரிவாள்மனை
ஆசிரியை	ஆசிரியர் (மதிப்பிற்குரிய பலர்பால்)
ஆலமரம் சரிந்தது	ஆலமரம் சாய்ந்தது
ஆடி தள்ளுபடி	ஆடித் தள்ளுபடி
ஆச்சி	ஆட்சி
ஆத்திச்சூடி	ஆத்திசூடி
ஆர்க்காடு	ஆற்காடு (ஆல்-ஆத்தி)
இக்கனம்	இக்கணம்
இத்தணை / இத்துணை	இத்தனை
இவன் (இப்படிக்கு)	இவண்
உந்தன்	உன்றன்
எந்தன்	என்றன்

ஐய்யனார்	அய்யனார் / ஐயனார்
ஓட்டுனர்	ஓட்டுநர்
கெடிகாரம்	கடிகாரம்
கடைபிடி	கடைப்பிடி
கம்மனாட்டி (விதவை)	கைம்பெண் / கைம்மனையாட்டி
கட்டிடத் திறப்பு விழா	கட்டடத் திறப்புவிழா (கட்டிடம் = மனை)
கணிணி / கணணி	கணினி
கத்தரிக்கோல்	கத்திரிக்கோல்
கத்திரிக்காய்	கத்தரிக்காய்
கயறு	கயிறு
கராறாக	கறாராக
கல்கண்டு	கற்கண்டு
கறுப்பசாமி	கருப்பு சாமி
கற்தூண்	கல் தூண்
காஞ்சீபுரம்	காஞ்சிபுரம்
காணல் நீர்	கானல் நீர்
காந்தீயம்	காந்தியம்
காலம்பற / காத்தால	காலையில்
குடியிறுப்பு	குடியிருப்பு
கைபிடி	கைப்பிடி
கோடாலி	கோடரி
கோர்வையாக	கோவையாக
சனி பெயற்சி	சனிப்பெயர்ச்சி

சாயந்தரம்	(பொழுது) சாயும் நேரம்
சாய்ங்காலம்	(பொழுது) சாயும் காலம்
சிகப்பு	சிவப்பு
சிலது	சில
சிலவு	செலவு
சிலைத் திறப்பு	சிலை திறப்பு
சிறைபிடி	சிறைப் பிடி
சுவற்றில்	சுவரில்
தடுமாட்டம்	தடுமாற்றம்
தடைபடுதல்	தடைப்படுதல்
தமிழாசிரியை	தமிழாசிரியர் (மதிப்பிற்குரிய பலர்பால்)
தலைவி	தலைவர் (அதே)
தலைமை ஆசிரியை	தலைமை ஆசிரியர் (அதே)
தவற்றுக்கு	தவறுக்கு
தாப்பாள்	தாழ்ப்பாள்
திருநிறைச் செல்வி	திருநிறை செல்வி
திருவளர்ச் செல்வன்	திருவளர் செல்வன்
துவக்கம்	தொடக்கம்
தேனீர்	தேநீர்
தொந்திரவு	தொந்தரவு
நஞ்சை	நன்செய்
நாகரீகம்	நாகரிகம்
நாத்தம்	நாற்றம்

நிறுத்தற்குறி	நிறுத்தக்குறி
நினைவுகூற	நினைவு கூர
நூற்கள்	நூல்கள்
நோம்பு	நோன்பு
பதட்டம்	பதற்றம்
பயறு	பயிறு
பாவக்கா	பாகற்காய்
பழமுதிர்ச்சோலை	பழமுதிர்சோலை
பிழைத்திருத்தம்	பிழைதிருத்தம்
புண்ணாக்கு	பிண்ணாக்கு
புதுமணை	புதுமனை
புனைப்பெயர்	புனைபெயர்
பெறுனர்	பெறுநர்
பொறுத்தவரை	பொருத்தவரை
பொருப்பாளர்	பொறுப்பாளர்
பொறி கடலை	பொரி கடலை
மறுமகன்	மருமகன்
மறைக்காடு	மரைக்காடு
மார்க்கீயம்	மார்க்சியம்
முகத்தல்	மோத்தல்
முயற்சித்தல்	முயல்தல் / முயற்சி செய்தல்
முழித்தான்	விழித்தான்
முஸ்லீம்	முஸ்லிம்

மெனக்கட்டு	வினைகெட்டு / மேனி கெட்டு
மோர்ந்து	மோந்து
யாவரும் கேளீர்	யாவரும் கேளிர்
இரங்கம்மாள்	அரங்கம்மாள்
ரெங்கநாதன்	அரங்கநாதன்
ரெங்கசாமி	அரங்கசாமி
வயறு	வயிறு
வரட்சி	வறட்சி
வருவல்	வறுவல்
வாய்ப்பாடு	வாய்பாடு
வெங்கலம்	வெண்கலம்
வெட்டிப்பேச்சு	வெற்றுப்பேச்சு
வெண்ணை / வெண்ணய்	வெண்ணெய்
வெய்யில்	வெயில்
பேரன்	பெயரன்
பேத்தி	பெயர்த்தி
வேண்டாம்	வேண்டா
மங்களம்	மங்கலம்
இடதுகை	இடக்கை

ஒரு, ஓர் வரும் சொல்லின் முதலெழுத்தாக உயிரெழுத்து வரும்போது, ஓர் பயன்படுத்த வேண்டும், மற்ற இடங்களில் ஒரு பயன்படுத்த வேண்டும் எனும் இலக்கண வழிகாட்டுதலும் இப்போது மாறிவிட்டது. “ஒரு மனிதன், ஒரு வீடு, ஒரு உலகம்” – ஜெயகாந்தனின் புகழ்பெற்ற நாவல். பெரும்பாலோர் ஒரு, ஓர் அறிந்தே எதுகை மோனைக்காகவும் சொல்லழகு கருதியும் எழுதுகிறார்கள்.

பிறமொழியில் இருந்து தமிழ்ச் சொல்லாக்கம்

அகங்காரம்	செருக்கு
அதிகம்	மிகை
அபூர்வம்	அரிது
அலட்சியம்	கவனமின்மை
ஆஸ்பத்திரி	மருத்துவமனை
இஷ்டம்	விருப்பம்
உதாசீனம்	ஒதுக்குதல்
உற்சாகம்	ஆர்வம்
கலாச்சாரம்	பண்பாடு
கல்யாணம்	திருமணம், கலியாணம்
கஷ்டம்	கடினம்
சர்க்கார்	அரசு
சாமான்	பொருள்
சாவி	திறவுகோல் ('தொறகுச்சி' என்பது செட்டிநாட்டு வழக்கு)
சிபாரிசு	பரிந்துரை
சௌக்கியம்	நலம்
தபால்	அஞ்சல்
தரிசனம்	பார்வை
தஸ்தாவேஜ்	ஆவணம்
திகில்	அச்சம்

பந்தோபஸ்து	பாதுகாப்பு
பஜன், பஜனை	வாழ்த்துப் பா
பஜார்	கடைத்தெரு
மாமூல்	கையூட்டு
ரத்து	மறுப்பு
வியாபாரம்	வாணிகம், வணிகம்
ஜல்தி	விரைவு
ஜனங்கள்	மக்கள்
ஜில்லா	மாவட்டம்
தாலுக்கா	வட்டம்
பஞ்சாயத்து	ஊராட்சி
பார்லிமெண்ட்	நாடாளுமன்றம்
மத்திய சர்க்கார்	மைய அரசு
மம்மி, டாடி	அம்மா அப்பா

இவ்வாறே பல்லாயிரம் சொற்கள் உள்ளன. ஆய்வு செய்து அறிக!

வடமொழிச் சொற்களுக்கான தமிழ்ச்சொற்கள்

ஈஸ்வரன்	சிவன்
காளி	கொற்றவை
கிரஹஸ்தன்	குடும்பத்தவன்
கிருஷ்ணா	கண்ணன்
கும்பாபிஷேகம்	குடமுழுக்கு

சத்தியமூர்த்தி	மெய்யர்
சம்ப்ரதாயம்	வேத (அ) குல வழக்கம்
சிரஞ்சீவி	திருவளர்செல்வன் / திருவளர்செல்வி
சுப்பிரமணியன்	முருகன்
தர்மசம்வர்த்தினி	அறம்வளர்நாயகி
தம்பதி	இணையர்
பஞ்சநதீஸ்வரன்	ஐயாறப்பன்
பத்திரிக்கை	இதழ்
பிரகதீஸ்வரன்	பெருவுடையார்
பிரம்மாண்டம்	மிகப்பெரியது
புத்ரி	மகள்
பௌத்திரன்	பெயரன் (பேரன்)
வருஷம்	ஆண்டு
விதவை	கைம்பெண்
விநாயகன்	பிள்ளையார்
விவாகம்	திருமணம்
விஸ்வரூபம்	பேருருவம்
விஷ்ணு	திருமால்
ஸ்ரீரங்கம்	திருவரங்கம்
ஸ்ரீமான்	திருவாளர்
ஸ்ரீமதி	திருமதி

(திரு திருமதி செல்வி - அனைவர்க்கும் பொதுவாக திருமிகு)

இப்படிப் பல நூறு சொற்கள் உள்ளன. ஆய்ந்து தெளிந்து பயன்படுத்துக!

சமூக ஊடக ஆங்கிலச் சொற்கள் = தமிழ்ச் சொற்கள் (அகரவரிசையில்)

BLUETOOTH	ஊடலை
BLOGSPOT	வலைப்பக்கம்
BROADBAND	ஆலலை
COMPUTER	கணினி
CHARGER	மின்னூக்கி
E.MAIL	மின்னஞ்சல்
FACEBOOK	முகநூல்
GPS	தடங்காட்டி
GOOGLE MEET	கூகுள் நிகழ்வு
HOTSPOT	பகிரலை
INSTAGRAM	படவரி
LAPTOP	மடிக்கணினி
MEME	போன்மி
MESSENGER	பற்றியம்
OFFLINE	முடக்கலை
ONLINE	இயங்கலை
PDF / E.BOOK	மின்னூல்
QR CODE	குறுங்குறி

SCANNER	வருடி
SEARCH ENGINE	தேடுபொறி
SELFIE	சுயமி / தன்படம்
SIM CARD	செறிவட்டை
SKYPE	காயலை
SMART PHONE	திறன்பேசி
TELEGRAM	தொலைவரி
TWITTER	சுட்டுரை
WE CHAT	அளாவி
WHATSAPP	புலனம்
WWW (WEB)	இணையம்
WIFI	அருகலை
YOUTUBE	வலையொளி
ZOOM	வலையரங்கம்

5

ச, ர, ல முதலில் வராதா? / மரபு மாறாதா?

சங்க இலக்கியம் எழுதப்பட்ட காலத்தில் ச எனும் எழுத்து, மொழிக்கு முதலில் வராது. சங்கம் எனும் சொல்லே வழக்கில் இல்லாதபோது முச்சங்கம் என்பதே கற்பனைதான் என்றொரு கருத்தும் தமிழறிஞர் பலரிடம் உள்ளது.

மாறுவது மரபு. இல்லையேல், மாற்றுவது மரபு!

எல்லாம் மாறும் என்னும் இவ்வுலகில் மரபு மட்டும் மாறாதா என்ன?

மரபு என்பதென்ன?

"எப்பொருள் எச்சொலின் எவ்வாறு உயர்ந்தோர்
செப்பினர் அப்படிச் செப்புதல் மரபு" என்பர்.

எனில், இது எவ்வளவு காலத்திற்கு நிற்கும்?

"வழக்கம் என்பதில் ஒழுக்கம் இல்லையேல்
கழுத்துப் போயினும் கைக்கொள வேண்டா"

என்பதே பாரதிதாசனின் வழிகாட்டுதலாகும்.

அடிப்படைப் பண்பாடு சார்ந்தவை மாறப் பல காலம் எடுக்கும். மாறுவது இயல்பு என்றால் மாறட்டுமே, இது பற்றி ஏன் கவலைப்பட வேண்டும் எனில், பண்பாட்டு மாற்றம் அடிமைத்தனத்தில் நம்மைக் கொண்டு போய் விடுமோ என்று அச்சம் எழுந்திருப்பதாலும் இதில் இலக்கண வழக்கும்

வருவதாலுமே இது பற்றிப் பேச வேண்டியுள்ளது. அ ஆ இ ஈ எனும் எழுத்துகளின் ஒலிவடிவம் மாறாதல்லவா? இதுவும் மாறலாம். ஆனால் மாற்றம் முன்னேற்றமாக இருக்கவேண்டும், ஏமாற்றமாக இருந்துவிடக் கூடாது என எச்சரிப்பதே இலக்கண நோக்கமாகும்.

தொல்காப்பியர் எப்படி வெறும் இலக்கணப் புலவராக மட்டுமின்றி வாழ்வியல் பாடிய அறிவியல் அறிஞராகவும் இருந்தாரோ, அதற்குச் சற்றும் குறையாத பெரும் புலவரான கம்பர், மொழி ஆக்கத்திலும் முனைப்போடு இருந்திருக்கிறார். கம்பரின் கவிதை அழகு (கம்பசித்திரம்) ஒரு பக்கமிருக்க, அவரது மொழியாக்க அழகு பலராலும் கவனிக்கப்படவில்லை.

கம்பனின் இராமாயணம், வடமொழியின் வழி வந்ததுதான் என்றாலும், தமிழ் மொழிஇயல்பு, தமிழர் பண்பாடு இவற்றை ஒட்டியே அவர் தம் நூலுக்கு, "இராமாவதாரம்" எனப் பெயரிட்டு, சில நல்ல மாற்றங்களையும் காப்பிய உள்ளடக்கத்தில் மட்டுமல்ல, அதைச் சொன்ன சொல்லிலும் செய்தவர். இதுதான் அவரது படைப்பு 'வைணவ இலக்கியம்' எனும் எல்லையைத் தாண்டித் தமிழ்கூறும் நல்லுலகமெல்லாம் புகழ்பெற்றதன் அடிப்படைக் காரணம்.

வடமொழியில் ராம், லக்ஷ்மண், பரத், சத்ருக்ன, சீதா, ராவண் எனும் கதைப் பாத்திரங்களை முறையே இராமன், இலக்குவன், பரதன், சத்துருக்கன், சீதை, இராவணன் என்று மாற்றியதில் அவரது தமிழ் உணர்வு வெளிப்படுகிறது. காவிரியைப் பாடினான், சோழனைப் பாடினான் என்பதைக் கடந்து, கம்பன் தமிழுணர்வைச் சொல்லழகிலும் காட்டியவன்.

இந்த நுட்பம் கம்ப ராமாயணத்தின் சில பதிப்புகளில் மட்டுமே காணப்படும். அயோத்தி என்பதுதான் கம்பனின் சொல்லாட்சி. இதை அயோத்திக் காண்டம் முழுவதும் காணலாம். மாறாக, சில பதிப்புகளில் அயோத்தியாக் காண்டம் என்று அச்சிட்டது, கம்பனைப் புரிந்து கொள்ளாத பதிப்பு.

பிற மொழிச் சொற்களை நமது கிராமத்து மக்கள் இயல்பாகவே தமிழில் பேசுவதைப் பார்க்கலாம். 'நாகரிக' வளர்ச்சி பெற்ற நடுத்தர வர்க்கத்தினர் பிறமொழிச் சொற்களை அப்படியே எடுத்துக் கொள்கின்றனர். இது தமிழ்ப் பண்பாட்டு வீழ்ச்சியில் கொண்டுபோய் விடும் என்பதால் இயலும்வரை இவற்றை எப்படிச் சொல்லலாம் என்பதை நமது முன்னோடித் தமிழறிஞர் வழியில் சொல்லிப் பார்ப்போம் என்பது என் தனிப்பட்ட கருத்து.

இந்த வகையில், ச எனும் எழுத்து, நெடுங்காலமாகவே மொழி முதலில் வந்துவிட்டது. சாதி எனும் சொல் “பிரிவு” எனும் பொருளில் தமிழில் இருந்ததுதான். ஜாதி எனும் வடமொழியிலிருந்து வந்த பிறகு மனிதப்பிரிவுக்குப் பெயராயிற்று.

இவ்வாறான சமூக நிகழ்வுகளில் நடந்த பண்பாட்டுக் கலப்பில் மொழிக்கலப்பும் நிகழ்ந்தது. வடமொழிக் கலப்பில் இந்துமதச் சொற்களே பெரும்பங்காற்றின. இங்கிருந்த சிவ வழிபாடும், திருமால் வழிபாடும் இணைந்து இந்து மதமாகிப் பலவிதச் சடங்குகள் நிகழ்த்தப்பட்டபோது அவையனைத்தும் வடமொழியை அப்படியே தமிழில் இணைத்ததுதான் மொழிக்கலப்பின் பெருங்கேடு!

தமிழகத்தின் 1925ஆம் ஆண்டு (தோராயமாக) பத்திரப் பதிவுகளில்கூட “இந்து” எனும் சொல் இருக்காது. சிவமதம், விஷ்ணுமதம் எனும் சொல்லே இருக்கும். பத்திரப்பதிவு முறை ஆவணமாக்கப்பட்டபோது நடந்த மாற்றங்கள் தனியே ஆய்வுக்குரியன. பத்திரப்பதிவில் மொழிக்கலப்பும் இன்றும் தொடர்கிறது. தமிழ் வளர்ச்சித் துறை, பத்திரப் பதிவில் பெரிய மாற்றம் எதையும் செய்ய முயலவில்லையா, முடியவில்லையா என்பதையும் ஆய்வு செய்யலாம்.

வழிபாட்டில் உயர்சாதியின் ஆதிக்கம் பெருங் கோயில்களிலிருந்து தமிழை வெளியேற்றி, வழிபாட்டுக்கு வடமொழி மட்டுமே என்றாக்கிய நிலை வந்தது. “ஐயாறா ஐயாறா” எனும் தேவாரத்தை வெளிக்கொணர்ந்த ராசராசசோழனே வழிபாட்டுக்குரியதாக வடமொழியை நிரப்பிய பணியையும் செய்தான் என்பது முரண்பாடாகவே இருந்தாலும் நடந்தது அதுதான்! இப்போதும் ஐயாறப்பன் கோயிலில் பளிச்சென்று தெரிவது “பஞ்சநதீஸ்வரன்”தான்! இதைத் திருவையாறு ஊரில் எந்த வகுப்பினர் “தர்ம சம்வர்த்தினி” என்று பெயரிட்டுள்ளனர் என்பதை ஆய்வு செய்தால் புரியும்.

இதே போலத்தான் திருமெய்யம் எனும் புதுக்கோட்டை அருகிலுள்ள ஊரின் இறைவன் பெயர் சத்தியமூர்த்தி ஆனதும். அந்த ஊர் இறைவனின் “பழைய” பெயர் மெய்யர் என்பது. இந்தப் பெயர்களில் மனிதப் பெயர்கள் இருப்பதை - சாதி வாரியாக - இன்றும் காணலாம். உயர்சாதியினரே வைத்திருந்த பெயர்களை, இடஒதுக்கீட்டின் பலனாக இடை நிலைக்கு வந்தவர்கள் வைத்துக்கொண்டதில் இன்றைய பெயர்களில் சாதி தெரியாது!

ஆக, மொழிக் கலப்பில் மதம் பெரும்பங்காற்றியதை நன்கறியலாம். இதில் சாமி, சாதி, சமூகம் போலும் சொற்களை, பண்பாட்டு மாற்றமின்றி மாற்றவும் இயலாது. அதுவரை ல, ச, ர முதலான – பழந்தமிழ் இலக்கணத்தில் – மொழிமுதல் வாரா என்று சொல்லப்பட்ட எழுத்துகள் இக்கால வழக்கில் மொழிமுதலில் வருவதும் தொடரவே செய்யும்.

இன்னொரு பக்கம் இன்றைய குழந்தைகளின் பெயர்கள் வடமொழியாகவே (பொருள் புரியாமலே) வைத்துக் கொள்ளத் தொடங்கிவிட்ட அடிமைத்தனத்தில் எந்த அளவிற்கு நடைமுறை வாய்ப்பு என்பதையும் சமூகநிலையுடன் சேர்த்துத்தான் சிந்திக்க வேண்டும்.

பொருள் (கருத்து) பிழை

(1) மயக்கப் பொருள் (பண்பற்ற அவரது மகளை மணவேன் - இதில் பண்பு அற்றுப் போனவர் அவரா அவரது மகளா எனக் குழப்பம் வராதிருக்க "அவரது பண்பற்ற மகளை" அல்லது "பண்பற்றவரின் மகளை" என்று எழுதலாம்)

(2) ஒருமை பன்மைக் குழப்பம் (எத்தனை மனிதன்?)

(3) திணை பால் எண் காலப் பெயர்களில் வரும் மயக்கம்

(4) சொல் பிரித்தல் (அம்மா வட்டமா? அம் மாவட்டமா?)

(5) உணர்ச்சிக் குறிகள் ("யார் யார் புத்தக விழாவுக்குப் போகிறோம்?" என்று கேட்ட மனைவியிடம், "நீ என் தங்கை நான் உன் அண்ணன்" என்று கணவன் சொன்னால் அவள் அழுதுவிட மாட்டாளா? நிறுத்தக்குறிகளைச் சரியாக இட்டு, "நீ, என் தங்கை, நான், உன் அண்ணன் ஆகியோர் போகிறோம்" என்று குழப்பம் எழாத வகையில் பேசுவதும் எழுதுவதுமே சரியானது. நிறுத்தக் குறி இடுவது அண்மைக்கால வழக்கமே. இதனை உணர்ந்து, உரிய இடைவெளியிட்டுப் பேச நிறுத்தக்குறிகளின் பொருள் புரிந்திருக்க வேண்டும்)

(6) தேவையில்லாத நீட்சி (சொல்லிக்கொள்ளக் கடமைப்பட்டு..)

(7) பிறமொழி ஆக்கம் (ஸ்நேகா... சினேகா, மெஜூரா, டேஞ்சோர்)

(8) ஆங்கில நடை (கேட்டுக் கொள்ளப்படுகிறீர்கள்)

(9) ஆகிய-முதலான, என்ற-என்னும் குழப்ப நடை (ஆகிய என்பது வரிசை முடிந்ததையும், முதலான என்பது தொடங்கியதையும் குறிக்கும்)

"முத்துநிலவன் என்ற" என்றால் "காலஞ்சென்ற முத்துநிலவன்" என்று பொருள்! உயிருடன் இருக்கும்போதே செத்துப் போனவராகிவிட உயிருள்ள யாரும் விரும்புவதில்லையே! காலங்கடந்த சான்றோரை நிகழ்காலத்தில் அல்லது எதிர்காலத்தில் குறிக்க வேண்டும். "திருவள்ளுவர் என்னும் மாபெரும் சிந்தனையாளர்" என்பதே சரி. இவ்விடத்தில் "திருவள்ளுவர் என்ற..." என்பது சரியல்ல.

இதோடு 'என்பவர்' என்பது அறிமுகமில்லாதவரைக் குறிக்கும் என்பதையும் அறிந்து சொற்களைப் பயன்படுத்துதல் நல்லது. சரியான சொல் அம்பு போலப் பாயும் ஆற்றல் உடையது என்பதை அறிந்து அதற்கேற்ற சொல்லைப் போடவேண்டும். "சொல்லுக சொல்லிற் பயனுடைய" – வள்ளுவர். "மந்திரம் போல் வேண்டுமடா சொல்லின்பம்" – பாரதி.

கடந்த நூற்றாண்டு வரை வடமொழி கலந்த தமிழின் 'மணிப்பிரவாள நடை'யும் பிறகு ஆங்கிலம் கலந்த 'தமிங்கில நடை'யும் தமிழைச் சிதைத்து அதுவே பெருமை என்பது போல ஆக்கியுள்ளதை உணர வேண்டும். ஒரு வயிற்றில் போவதுதான் என்பதற்காக சோறு குழம்பு கறிவகைகள் எல்லாவற்றையும் குழப்பியா சாப்பிடுகிறோம்? தனித்தனிச் சுவையை நாக்கும், தனித்தனிப் பயனை வயிறும் உடம்பும் பெறும் வகையில் சுவைத்துண்ணும் உணவுமுறை போலவே மொழிப் பயன்பாடு மிகவும் முக்கியமானது.

வடமொழி, பிற மொழிச் சொற்களை வழக்கில் தவிர்ப்பது கடினம்தான். எனினும் ஒற்றையடிப் பாதை, பலரும் நடக்க நடக்கத்தான் பெருவழியாக மாறும். இதில் தனிமைப்பட்டுப் போகாமலும் இயல்பு காக்க வேண்டும். மணிப்பிரவாள நடை தவிர்த்து நல்ல தமிழில் பேசிய தமிழ்ச் சான்றோர் பலரும் கேலி-கிண்டலுக்கு ஆளானவர்கள்தான்! 'பிரசங்கம்' என்று இருந்த வடமொழி வழக்கை 'சொற்பொழிவு' என்று மாற்றிப் பேசியதை "இதோ சொற்பொழிவு போகுது" என்ற தமிழர்களின் கிண்டலைப் பொருட்படுத்தாத திடம் நல்ல தமிழ் வளர்ச்சிக்கு உரமானது.

அதே நேரம் தனித்தமிழ் எனும் பெயரில் வறட்டுத்தனமாக இருக்கவும் வேண்டியதில்லை. இது தொடர்பாக எனது "இருமுனைத் தவறுகள்" எனும் (தினமணி நாள் – 27-03-2000) கட்டுரையைப் பார்க்க வேண்டுகிறேன் (இதன் வலைப்பக்க இணைப்பு - tinyurl.com/3j3kemba).

ஏனெனில், இன்றைய தமிழகத்தில், ஸ்டாலின், ஜெயலலிதா, பெயர்களைத் தமிழ்ப்படுத்த நினைப்பது இயல்பானதல்லவே? அதோடு,

ரவியை வேண்டுமானால் இரவி என்று போடலாம். ராகுல், ரோகிணியை என்ன செய்வது?

தமிழ் மரபு சிதையாமலும், புதுமை கலந்தும் வரக்கூடிய புதிய தமிழ் இலக்கணம் படைக்க தமிழறிஞர்கள் முன்வரவேண்டும். இதில் ச, ல, ர எழுத்துகள் மொழிக்கு முதலில் வருவதை இன்றைய தமிழில் ஏற்கத்தான் வேண்டும். கம்பன் போல முடிந்த வரை தமிழ்ப்படுத்தும் குழு ஒன்றை உருவாக்க வேண்டும். மரபு சிதைந்து விடுமே என்று அஞ்சத் தேவையில்லை. ச எழுத்து, தொல்காப்பியரின் தொல்காப்பியத்துக்குப் பிறகே மொழிக்கு முதலில் வந்தபோதிலும் தமிழ் அழிந்து விடவில்லை. மாறுவது மரபு, இன்றேல் மாற்றுவது மரபு!

கணினி ஒருங்குறி எழுத்துருவில் ஸ, ஜ, ஹ, ஷ, க்ஷ எழுத்துகள் சேர்ந்துவிட்டன. இவற்றை இனி தவிர்க்க முயற்சி செய்யத்தான் முடியுமே தவிர இவற்றை உடைய பெயர்கள் தமிழல்ல என்று முடிவெடுக்க முடியாத நிலையை சற்றே யோசித்து (யோ?) எந்தெந்த எழுத்துகளை, மரபு சார்ந்து ஏற்கலாம், மரபை மீறி வருவனவற்றில் எவற்றை நீக்கலாம் என்று முடிவெடுக்க அரசியல் பலம் தமிழ் மக்களிடம் வளர வேண்டும். இந்திய ஒன்றியத்தில் இருந்து கொண்டு தமிழை வளர்க்க நினைப்பதே எவ்வளவு சிக்கலான நிலையில் உள்ளது என்பதையும் சேர்த்து, இந்திய ஒன்றிய ஒற்றுமை குலையாமலும், தமிழுக்கு இழிவு நேராமலும் காக்க வேண்டிய பொறுப்பு தமிழ்ச் சான்றோர்க்கு உண்டு. இது கத்தி மேல் நடப்பதுதான். ஆனால், இது பற்றிய குழப்பத்தைத் தீர்க்காமல், சிலவற்றையேனும் ஏற்காமல் சிலவற்றை நீக்க முடியாது என்னும் இன்றைய நிலையிலிருந்து முடிவெடுக்க வேண்டும். இதில் தொல்காப்பியர், கம்பன் போலும் முன்னோடிகள் நமக்கு உதவி செய்வார்கள்.

இன்றைய அறிஞர்கள் அவற்றை உள்வாங்கி, துணிச்சல், தமிழறிவு, உலக வளர்ச்சியுடன் போட்டியிடத் தமிழர்களைத் திரட்ட வேண்டும். இதைப் பழம் பண்டிதர்கள் ஏற்காமல் என்னை இழித்துரைக்கலாம். காலம் கட்டளை இடுவதைப் புரிந்துகொள்ள வேண்டும். தந்தை பெரியார் முன்வைத்த தமிழ் எழுத்துச் சீர்திருத்தத்தை எம்.ஜி.இராமச்சந்திரன் போலும் துணிச்சலான முதல்வர்களால்தான் நடைமுறைப்படுத்த முடிந்தது என்பதையும் எண்ணிப் பார்க்க வேண்டும். வணிக ஊடகங்கள் –திரைப்படத்துறையினர் - இதையே செயல்படுத்த பிறகொரு பத்தாண்டுகள் மறுத்து வந்ததையும் எண்ணி, இதில் வெறும் தமிழ் உணர்வு மட்டும் போதாது என்பதையும் அறிவியல், உலக நடைமுறைப் பார்வையுடன் முயற்சியைத் தொடங்க வேண்டும்.

தமிழர்கள் வேட்டியை மறக்காமலேயே குழாய் உடையையும், தமிழச்சிகள் சேலையை விடாமலேயே சுடிதாரையும் அணிந்து வருவதை இனிமேல் மாற்ற முடியுமா என்ன? நான் சொன்னது இரண்டே எடுத்துக்காட்டுகள்தான்! இன்னும் இதற்கான உதாரணங்கள் பலபல பல்பல பற்பல பலப்பல உள்ளன! புழங்கு பொருள்கள் மாறுவதை ஏற்கும்போது, அதற்கேற்ப, மொழிநடையில் சிற்சில மாற்றங்களை மரபறிந்து இலக்கணமாக்குவதைத் தவிர்க்க முடியாது. இதில் முரட்டுப் பிடிவாதம் நல்லதல்ல. இல்லையெனில் தமிழ் இலக்கணமே பழங்கதையாகி இளைஞர்-மாணவரின் வெறுப்புக்கு ஆளாகி, அதுவே தமிழ் வளர்ச்சிக்குத் தடையாகிவிடக் கூடாது என்பதில் மிகுந்த அக்கறை தேவை!

தமிழில் கலந்துள்ள சொற்களைத் தவிர்க்கவும், புதிய சொற்களை ஆக்கவும் புதிய இலக்கணம் காணத்தான் வேண்டும். அதுவும் சமூக மாற்றத்தோடு இணைந்ததுதான் என்பதையும் உணர வேண்டும். தனித்தமிழ் இயக்கத்தின் அரசியல் தேவையை அறிய வேண்டும். (இது பற்றி, திருச்சி முனைவர் கு.திருமாறன் அவர்கள் எழுதிய "தனித்தமிழ் இயக்கத்தின் அரசியல் பின்னணி" நூல் பெரிதும் உதவும்.) உலகத்தோடு போட்டி போட்டு நம் பிள்ளைகள் வளர வேண்டிய அவசியம் உணர்ந்து, நம் தமிழறிஞர்கள் செயல்பட வேண்டும். இது நம் காலம் நமக்கு இட்ட கட்டளை!

தமிழை அழிக்க நினைப்போர்க்கு இரையாகிவிடாமலும், வளர்க்க நினைப்போர்க்குச் சுமையாகிவிடாமலும் இரட்டைக் கவனத்துடன் புதிய இலக்கணம் வேண்டும்!

6

இலக்கணக் குறிப்புகள்

இரட்டைக்கிளவி

இரட்டைச் சொல்லாகவே வரும். இரண்டுக்கு மேல் வராது. பிரித்தால் பொருள் இருக்காது (பளபள, வழவழ, விறுவிறு, குறுகுறு).

அடுக்குத்தொடர்

இரண்டுக்கு மேலும் அடுக்கி வரும். பிரித்தால் பொருள் தரும். அன்பு, அச்சம், விரைவு, கோபம் ஆகிய குறிப்புப் பொருளில் வரும் (வாவாவா, அய்யோ அய்யோ அய்யோ, இல்லை இல்லை, தீ தீ தீ தீ).

அளபெடை

குறிலோ நெடிலோ தனக்குரிய மாத்திரையிலிருந்தும் கூடுதலாக ஒலிப்பது. அதன் இனமான எழுத்துகள் சேர்ந்து வரும்.

இன்னிசை அளபெடை - இனிய இசைக்காக அளபெடுப்பது. குறில் நெடிலாக மாறி மேலும் அதன் குறிலோடு வரும் (கொடுப்பதூஉம், எடுப்பதூஉம்).

செய்யுளிசை அளபெடை - செய்யுளில் ஓசை குறையும்போது மட்டும் நெடில் அளபெடுக்கும். நெடிலை அடுத்து அதன் குறில் வரும் (ஏரின் உழாஅர் உழவர்).

சொல்லிசை அளபெடை - சொல்லே அளபெடுக்கும் (நசைஇ).

ஆகுபெயர்

"புதுக்கோட்டை சிரித்தது" என்றால், புதுக்கோட்டை எனும் ஊர் வாய்பிளந்து சிரிக்காது. புதுக்கோட்டையில் உள்ள மக்கள் ஊரின் பெயருக்கு ஆகி புதுக்கோட்டை மக்கள் சிரித்ததாகப் பொருள் கொள்வது. இடம் ஆகி வருவது இடவாகுபெயர். இது போல பொருள் ஆகுபெயர் (தாமரை பூத்தது), கால ஆகுபெயர் (கார் நெல்), சினையாகுபெயர் (வெற்றிலை போட்டான்), குணம்-பண்பு ஆகுபெயர் (வெள்ளையடித்தான்), தொழில் ஆகுபெயர் (சுண்டல் தின்றான்) எனப் பலவகைப்படும். ஒன்றன் இயற்பெயர் அதனோடு தொடர்புடைய வேறொரு பொருளுக்குத் தொன்று தொட்டு ஆகிவருவதே ஆகுபெயராகும்.

ஈறுகெட்ட எதிர்மறைப் பெயரெச்சம்

ஈற்றெழுத்துக் குறைந்து, எதிர்மறைப் பொருளில் வரும் பெயர் எச்சம் (ஓடாக் குதிரை, படியாப் பிள்ளை, வாராக் கடன், பேசா மொழி, உதவா நண்பன்).

உரிச்சொற்றொடர்

சாலப் பசித்தது, உறுபசி – நமக்குப் பசிக்கும்போது வீட்டில் "அம்மா எனக்கு ரொம்பப் பசிக்குது" என்பது உலக வழக்கு. "உறுபசியும் ஓவாப் பிணியும்" என்பது செய்யுளுக்கே உரிய வழக்கு. செய்யுளுக்கு உரிய தொடர் என்பதால் இத்தொடரை உரிச்சொற்றொடர் என்பார்கள்.

செய்யுளுக்கே உரிய, வழக்கில் பேசப்படாத தொடர். இது, பலபொருள் குறித்த ஓர் உரிச்சொல், ஒருபொருள் குறித்த பல உரிச்சொல் என இருவகைப்படும்.

கடி – எனும் சொல் காப்பு, அச்சம், சிறப்பு எனப் பல பொருளில் வரும்.

உருபு மயக்கம் (வேற்றுமை மயக்கம்)

வேற்றுமை உருபுகள் தவறாக (மயங்கி) வருவது.

என் மகன், எனக்கு மகன் என வருவதே சரி. எனினும் 4ஆம் வேற்றுமை உருபு வரவேண்டிய இடத்தில் 6ஆம் வேற்றுமை வருவதும், உயர் திணையை அஃறிணையாக்குவதும் தவறே எனினும் வழக்கில் "எனது மகன்" என்றே சொல்கிறோம். இது உருபு மயக்கமும் ஆகும். சிபியது பேனா – சிபியின் பேனா.

தொழிற்பெயர்

தொழிலைக் குறித்து வரும் சொல் (தல், அல், அம், ஐ, கை எனும் விகுதிகளில் வரும்). வருதல், வாழ்த்துதல், நம்பிக்கை போல வருவன.

முதனிலை திரிந்த தொழிற்பெயர்

பகுதி திரிந்து வரும் தொழிற்பெயர் (கெடுதல் - கேடு என வருவது).

பெயரெச்சம்

பெயரைக் குறித்து, எஞ்சி நிற்கும் பெயர்ச்சொல் (வந்த சிறுவன், சென்ற வழி). பெரும்பாலும் அ எனும் எழுத்தில் வரும்.

வினையெச்சம்

செயலைக் குறித்து எஞ்சி நிற்கும் வினைச் சொல் 'பறந்து போனது' என்பது போல பெரும்பாலும் உகரத்தில் முடியும்.

போலி

உண்மை போல வரும் மாற்றுச் சொல் போலி எனப்படும் (வாயில்).

மரூஉ

பொருள் மருவி வரும் சொல் மரூஉ ஆகும் (தஞ்சாவூர் – தஞ்சை, புதுக்கோட்டை - புதுகை, என்னப்பா – இன்னா பா, அறந்தாங்கி – அறந்தை).

தொகைச் சொற்கள்

மறைந்து வரும் சொற்களைக் கொண்டு வருவது.

வினைத்தொகை

காலம் காட்டும் சொல் மறைந்து வருவது (ஊறுகாய்) பண்புத்தொகை. பண்பைக் குறிக்கும் சொல் மறைந்து வருவது (வட்டக் கல், செந்தமிழ்).

இருபெயரொட்டுப் பண்புத்தொகை

சிறப்புப் பெயருடன் பொதுப்பெயர் ஒட்டி வருவது (தென்னை மரம் – இதில் மரங்கள் பல. அவற்றில் தென்னை ஒன்று. மேலும் பாட நூல், திங்கள் கிழமை, பரத நாட்டியம், தமிழ் மொழி, கணினித் தமிழ், தை மாதம்).

உவமைத்தொகை

உவமையைக் குறிக்கும் சொல் மறைந்து வருவது (மதிமுகம், பானை வாய்).

உம்மைத்தொகை

உம் எனும் எண்ணுப்பெயர் சொல் மறைந்து வருவது (சேர சோழ பாண்டியர், இயலிசை நாடகம், நரை திரை மூப்பு).

அன்மொழித்தொகை

சொல் (மொழி) மறைந்து வருவது (ஆயிழை வந்தாள்).

முற்றெச்சம்

முற்று எச்சமாக வருவது (புத்தகத்தை எடுத்தனன் படித்தனன் - எடுத்தனன் எனும் முற்று, படித்தனன் எனும் முற்றைக் கொண்டு முடிந்தது. முற்று எஞ்சி நின்று முற்றெச்சமானது. இதன் பொருள், எடுத்துப் படித்தான்).

ஏவல் வினை முற்று

கட்டளையாக வரும், ஒருமை பன்மை வேறுபாடு உண்டு (வா, செல்).

வியங்கோள் வினை முற்று

வேண்டுகோளாக வரும், ஒருமை பன்மை வேறுபாடு இல்லை (வாழ்க, செல்க).

வல்லெழுத்து மிகா இடம், வல்லெழுத்து மிகும் இடம்

புலவர்கள் விளையாடும் இடம் இதுதான்! க் ச் ட் த் ப் ற் எனும் ஆறு எழுத்தும் அடுத்த சொல்லோடு இணையும் (புணரும்)போது மிகும். மெய்யும் மெய்யும் இணையும்போது புதிய உயிர் தோன்றுவது போல, சில இடங்களில் புதிய எழுத்துகள் தோன்றுவதே வல்லெழுத்து மிகுதல் எனப்படும்.

இவை இப்போது செய்தித்தாள்களில், ஊடகச் செய்திகளில் அதிகம் காணப்படுவதில்லை. மக்கள்தொகை கணக்கெடுப்பு என்பதைப் பெரும்பாலான இதழ்கள் "மக்கள் தொகை" என்றே பிரித்து எழுதி, எழுத்துப் பிரச்சினையிலிருந்து விலகி விடுகிறார்கள். என் பார்வையில் அது சரிதான். தேவையில்லாத இடங்களில் க் ச் போடுவதைத் தவிர்க்கத் தெரிந்து கொண்டால் போதும் என்பதே என் கருத்து. பொருள் மாறும்

இடங்களை அறிந்து வல்லின எழுத்துப் பயிற்சி பெற்றால் போதுமானது. (இந்த எழுத்துப்பிழை காண்பதிலேயே காலத்தைச் செலவிடும் தமிழாசிரியர்கள் என்னைக் கடிந்து கொள்ளக் கூடும்.)

எழுத்துப்பிழையைத் தவிர்ப்பதை விடவும் கருத்துப்பிழை நேராமல் எழுதுவதே முக்கியம் என்பதுடன், கருத்துப் பிழையை நிகழ்த்தக் கூடிய எழுத்துப் பிழைகளை அறிந்து தவிர்த்தலே அறிவு என்பேன். இதற்கான பட்டியல்கள் பல உண்டு. அதுவே தனிநூலாக விரியும் என்பதால் ஒன்றிரண்டை மட்டும் இங்குத் தொட்டுச் சொல்கிறேன். பயிற்சி முக்கியம். இவற்றை இலக்கணம் படித்து அறிந்து கொள்வதை விடவும், நல்ல உரைநடை எழுத்துகளைப் படிப்பதும், சான்றோர் உரைகளைக் கேட்பதுமே இதற்கு உதவும் (இது பற்றிய தனிக் கட்டுரையும் இதே நூலில் உள்ளது. கட்டுரை எண் 9).

வினைமுற்று

செய்த தொழில் முடிவுற்று விடுவதைக் குறிப்பிடுவது.

வினையாலணையும் பெயர்

தொழிலைச் செய்த பெயரைக் குறிப்பிடுவது.

வேற்றுமை

பிறப்பால் அன்றி மனிதன் தன் செயல்களால் வேறுபாடு காட்டும் எட்டுவகை வேறுபாடுகள்:

முதல் வேற்றுமை - **சிபி வா!** (வேறுபடாத பெயர்ச்சொல்).

இரண்டாம் வேற்றுமை – **ஐ:** சிபியைக் கண்டேன்.

மூன்றாம் வேற்றுமை - **ஆல், ஓடு:** சிபியோடு வந்தேன்.

நான்காம் வேற்றுமை – **கு:** சிபிக்குத் தந்தேன்.

ஐந்தாம் வேற்றுமை – **இன்:** சிபியின் அருகில்.

ஆறாம் வேற்றுமை – **அது:** சிபியது பேனா.

ஏழாம் வேற்றுமை - **கண், கீழ்:** சிபியின் கீழ்.

எட்டாம் வேற்றுமை - **சிபி!** (அழைப்பது). சிபீ என்றும் வரும்.

அசை இலக்கணம்

(மரபுக் கவிதை எழுத விரும்புவோர்க்கு மட்டும்.)

ஓரெழுத்து, அல்லது இரண்டெழுத்தால் ஆன விட்டிசைக்கும் ஓசை ஒழுங்கு (ஆங்கிலத்தில் இதை சிலபள்) என்பார்கள். இது தமிழில் இரண்டு வகைப்படும். நேரசை, நிரையசை.

இதில் ஒற்றெழுத்தைக் கணக்கில் கொள்வதில்லை. எனவே, எழுத்து தனித்து நின்றால் நேரசை, இணைந்து நின்றால் நிரையசை என்று கொள்ளலாம்.

நேரசை (எழுத்து தனித்து வருவது)

குறில் தனித்து... க

குறில் ஒற்றுடன் .... கண்

நெடில் தனித்து...................................... கா

நெடில் ஒற்றுடன்................................... காண்

நிரையசை (எழுத்துகள் இணைந்து வருவது)

இரு குறில் இணைந்து.......................... கனி

இரு குறில் ஒற்றுடன் இணைந்து........... தமிழ்

குறில் நெடில் இணைந்து....................... புறா

குறில் நெடில் ஒற்றுடன் இணைந்து........ விளாம்

உங்கள் பெயருக்குக் கூட அசை பிரித்துப் பார்த்துப் பழகலாம். பிறகு செய்யுள் எழுதும்போது இந்த ஓசைக்கட்டு மனத்தில் பதிந்து எளிதில் எழுத உதவும்.

எழுத்தோ, சொல்லோ அடுத்துள்ளவற்றோடு தொடர்புகொண்டே பொருள் தரும். எனவே, முடிந்தவரை "இணைத்துப் பிரிக்க" முயல வேண்டும். பார்ப்போம் -

அகர	அக ர	நி நே	புளி மா
முதல	முத ல	நி நே	புளி மா
எழுத்தெல்லாம்	எழுத் தெல் லாம்	நி நே நே	புளிமாங்காய்
ஆதி	ஆ தி	நே நே	தே மா

பகவன்	பக வன்	நி நே	புளி மா
முதற்றே	முதற் றே	நி நே	புளி மா
உலகு	உல கு	நி உ	பிறப்பு

(வெண்பாவுடைய ஈற்றடியின் ஈற்றுச் சீரை நான்கு வகையாகப் பிரிப்பர். இதற்குப் பயிற்சி பெற, அவரவரும் தமது பெயரில் உள்ள அசைகளைப் பிரித்து அசை கூறிப் பயில்வது ஆர்வப்படுத்தும். விளையாட்டாகவும் கற்க முடியும்.)

நா.முத்துநிலவன் கட்டுரை எழுதுகிறான்.

நா.:

நெடில் தனித்து நின்றது – நேர்.

முத்/து:

குறில் ஒற்று - நேர் நேர் - தேமா.

நில/வன்:

குறிலிணை, குறில் ஒற்று - நிரை நேர் - புளிமா.

கட்/டுரை:

குறில் ஒற்று, குறில் நெடில் - நேர் நிரை - கூவிளம்.

எழு/துகி/றான்:

குறிலிணை, குறிலிணை நெடில் ஒற்று – நிநிநே - கருவிளங்காய்.

(நேர், நிரை, நேர்பு, நிரைபு - மரபுக் கவிதை இலக்கணம் தொடர்பான தனி நூல்களில் பார்க்கலாம். எழுத ஆர்வமிருப்பவர் கற்றுக் கொள்ளலாம். மற்றும் நுட்பம் அறிய மட்டுமே கற்கலாம். மற்றவர்க்குத் தேவையில்லை.)

கவிதை எழுதுவோர்க்கு யாப்பு இலக்கணம் தனி வகை. அதில் கவிதையை அழகுபடுத்துவதை அணி இலக்கணம் என்றும், குன்றக் கூறுதல் - மிகைபடக் கூறுதல் இரண்டையும் அறிந்து அளவோடு சொல்வதும் முக்கியம்.

மரபுக் கவிதை எழுதிப் பழக படிக்க வேண்டிய நூல்கள்

குறள் வெண்பா - திருக்குறள்.

வெண்பா - நளவெண்பா, முத்தொள்ளாயிரம்.

சிந்தியல் வெண்பா – மகபுகு வஞ்சி.

கட்டளைக் கலித்துறை – அபிராமி அந்தாதி.

விருத்த வகைகள் – திருவாசகம், கம்பராமாயணம், அழகின் சிரிப்பு.

ஆசிரியப்பா – குறுந்தொகை, சிலம்பு, நூறாசிரியம்.

சந்த வகைகள் பயில – பிள்ளைத் தமிழ், அருணகிரியார்.

கலித்துறை – திருமந்திரம், சித்தர் பாடல்கள், சாதாரண மனிதனின் சரித்திரம்.

சிந்து, கண்ணி – பாரதி, முக்கூடற்பள்ளு, தாராபாரதி.

7

தொல்காப்பியருக்கு ஏன் நோபல் பரிசு தரவில்லை?

என்னது?

தொல்காப்பியருக்கு நோபல் பரிசா?

இது எப்படி சாத்தியம்? என்கிறீர்களா?

2500 ஆண்டுக்கு முன் வாழ்ந்த தொல்காப்பியருக்கு, இருபதாம் நூற்றாண்டின் நோபல் பரிசை எப்படிக் கொடுக்க முடியும் என்கிறீர்களா?

ஆமா.. அதனாலதான் அவருக்கு நோபல் பரிசு கிடைக்கலங்கிறேன்! இருந்தாலும் காலமானவர்களுக்குக் கூட, காலம் கடந்த அறிவியல் உண்மைகளைக் கண்டு சொன்னவர்க்குத் தருவார்களாமே? நாம் முயற்சி செய்தால் தொல்காப்பியருக்கு நோபல் விருதைப் பெற முடியுமே!

தொல்காப்பியரே 20ஆம் நூற்றாண்டில் தனது நூலை எழுதியிருந்தால் நிச்சயமாக அவருக்குத்தான் நோபல் பரிசு கிடைத்திருக்கும்!

அட ஆமாங்க.. உண்மை, வெறும் புகழ்ச்சியில்லைங்க..

தொல்காப்பியர் நோபல் பரிசுக்கும் மேலே தகுதி பெற்றவர், அதனால் அவருக்கு விருது தர யாருக்குத் தகுதியுண்டு என்பதும் சரிதான். ஆனால், நடிகர் திலகம் சிவாஜிக்கு கிடைக்காத – அகில இந்திய சிறந்த நடிகருக்கான 'பாரத்' விருது – கடைசி வரை கிடைக்கவே இல்லை என்பதால், நாம் "உண்மை, வெறும் புகழ்ச்சி இல்லை" என்று

தமிழின் தமிழரின் பெருமையை எடுத்துச் சொல்ல வேண்டி உள்ளது! சொல்வோம்!

நமது தொல்காப்பியர் வெறும் இலக்கணப் புலவர் மட்டுமல்ல, பெரும் அறிவியல் அறிஞர்! அவருக்கு நோபல் பரிசு தரப்பட வேண்டும். சரி, விவாதத்துக்கு வருவோம்!

செடிகொடி தாவரங்களுக்கு உயிர் உண்டு என்று கண்டுபிடித்த அறிவியல் மேதை எனப் பாராட்டப்படுபவர் யார்?

அட இதுகூடத் தெரியாதா?

அட அவர்தாங்க நம்ம ஜெகதீஷ் சந்திர போஸ்!

"அட ஆமால்ல...?"ங்கிறீங்களா?

அவரைப் பற்றிய மேல்விவரத்தை அறிய நம் வலைப்பக்க எழுத்தாளர், நண்பர் கரந்தை ஜெயக்குமார் அவர்கள் எழுதிய இந்தப் பதிவை முதலில் படிச்சுட்டு வாங்க... tinyurl.com/yx4x6j3j

என்ன படிச்சாச்சா?

சரி, இப்ப வாங்க!

ஜெகதீஷ் சந்திர போசுக்குப் பெரும் புகழ் கிடைத்தது எதனால்?

இந்திய நவீன விஞ்ஞான ஆராய்ச்சியின் தந்தை என்று போற்றப்படுபவர் ஜெகதீஷ் சந்திர போஸ்! 1930இல் இயற்பியலில் நோபல் பரிசுபெற்ற சி.வி.ராமன் (1888-1970) காலத்துக்கும் சிறிது முற்பட்டு (1858-1937) விஞ்ஞான வளர்ச்சிக்கு இந்திய மண்ணில் வித்திட்டவர்.

செடி, கொடி, மரம், புல், பூண்டுக்கும் மனிதர், விலங்குகளைப் போல் உணர்ச்சிகள் உண்டு என்று முதலில் அறிவித்தவர் ஜெகதீஷ் சந்திர போஸ்! அதனால் பெரும் புகழ் பெற்றவர்.

சரியா?

அப்ப இப்படி கொஞ்சம் வாங்க!

இந்தச் செய்யுளைப் படியுங்க இப்ப -

அட இது தொல்காப்பியம்தாங்க! சும்மா படிங்க, புரியும் பாருங்க!

ஒன்றறிவு அதுவே உற்றறிவு அதுவே
இரண்டறிவு அதுவே அதனொடு நாவே

மூன்றறிவு அதுவே அவற்றொடு மூக்கே
நான்கறிவு அதுவே அவற்றொடு கண்ணே
ஐந்தறிவு அதுவே அவற்றொடு செவியே
ஆறறிவு அதுவே அவற்றொடு மனனே

(தொல்காப்பியம் – பொருளதிகாரம் – மரபியல் – நூற்பா-1526)

சரி, இதற்கான விளக்க உரையெல்லாம் தேவையில்லை. நேரா அடுத்தடுத்த வரிகளுக்குப் போங்க -

புல்லும் மரனும் ஓரறிவினவே
பிறவும் உளவே அக்கிளைப் பிறப்பே

நந்தும் முரளும் ஈரறிவினவே
பிறவும் உளவே அக்கிளைப் பிறப்பே

சிதலும் எறும்பும் மூவறிவினவே
பிறவும் உளவே அக்கிளைப் பிறப்பே

நண்டும் தும்பியும் நான்கறிவினவே
பிறவும் உளவே அக்கிளைப் பிறப்பே

மாவும் மாக்களும் ஐயறிவினவே
பிறவும் உளவே அக்கிளைப் பிறப்பே

மக்கள் தாமே ஆறறி வுயிரே
பிறவும் உளவே அக்கிளைப் பிறப்பே

இன்னும் புரியாதவர்கள் தொடர்ந்து படிங்க, எளிதாக விளங்கும் -

ஆறறிவு என்பவை எவை எவை?

சும்மா மெய், வாய், கண், மூக்கு, செவி-ன்னு கண்மூடித்தனமா மனப்பாடம் பண்ணினதைச் சொல்லக் கூடாது! வரிசைக்கு அர்த்தமுண்டு என்பதை நமது மெய்யெழுத்து வரிசை பற்றிய கட்டுரையிலேயே பார்த்தோமல்லவா? (மூனு சுழி ண, ரெண்டு சுழி ன.)

அதாவது நெஞ்சில் வைத்த கைகளை, முகத்தை நோக்கி அப்படியே வரிசையாக கொண்டு சென்றால் தொடக்கூடிய (1) மெய் (2) வாய் (3) மூக்கு (4) கண் (5) செவி என வரிசையாக ஐந்தறிவுப் பரிணாம வளர்ச்சி என இவற்றை எளிதில் நினைவிற்கொள்ளலாம் – சரியா? இதுதான் உயிர்களின் பரிணாம வளர்ச்சி என்று டார்வினும் சொல்கிறார்.

இப்ப இயற்பியலில் நோபல் பரிசு, அறிவியலுக்கு வாங்க!

உயிரினப் பாகுபாடு.

ஓரறிவு உயிர் – உற்றறிவு - தொடுதல் மூலம் அறியும் முதல் அறிவு (மெய்)

2ஆம் அறிவு – மெய் மற்றும் நாக்கு (வாய், சுவை) அறிவு

3ஆம் அறிவு – மெய், நா, மூக்கு (மோத்தல்) அறிவு

4ஆம் அறிவு – மெய், நா, மூக்கு, கண் (பார்த்தல்) அறிவு

5ஆம் அறிவு – மெய், நா, மூக்கு, கண், செவி (கேட்டல்) அறிவு

6ஆம் அறிவு – மெய், நா, மூக்கு, கண், செவி, மனம் - பகுத்தறிவு

நுட்பமாக உணர்ந்தோர் இவற்றை நெறிப்படுத்தி வைத்துள்ளனர் என்கிறார் தொல்காப்பியர்.

ஒரே அறிவுள்ள உயிர்கள் (தொடு உணர்வு மட்டும்)

புல், மரம், செடி கொடிகள் முதலான தாவரங்கள். இவற்றின் கிளைகள் (பாசி போல்வன).

தொட்டாற் சிணுங்கி எனும் ஒரு தாவரத்தை மட்டும் அல்ல, செடி கொடி மரம் அனைத்துமே தொட்டால் எதிர்வினை புரியும். மற்றபடி கண் வாய் காது மூக்கு போலும் உறுப்புகள் அவற்றுக்கு இல்லை! எனவே செடி கொடி தாவரங்கள் ஓரறிவு உயிர்கள் என்கிறார்.

இரண்டு அறிவு உயிர்கள்

நந்து, முரள், மற்றும் அவற்றின் இனங்கள்.

நந்து = நத்தையினம், முரள் = நீர்வாழ் சங்குகளின் இனம். இவற்றுக்குத் தொடு உணர்வும் உண்டு, வாயும் உண்டு! எனவே இவை இரண்டறிவு உயிர்கள் என்கிறார் தொல்காப்பியர்.

மூன்று அறிவு உயிர்கள்

சிதல், எறும்பு, மற்றும் அவற்றின் இனங்கள்.

சிதல் = கறையான், இனம் – ஈயல் (ஈசல்), மூதாய் = தம்பலப்பூச்சி - வெல்வெட்டுப் பூச்சி - போல்வன. இவற்றுக்குத் தொடு உணர்வு மட்டுமின்றி வாயும் மூக்கும் கூட உண்டு. எனவே இவற்றை மூவறிவு உயிர்கள் என்கிறார் தொல்காப்பியர்!

நான்கறிவு உயிர்கள்

நண்டு, தும்பி, மற்றும் அவற்றின் இனங்கள்.

இனம் – வண்டு, தேனீ, குளவி. இவற்றுக்குத் தொடு உணர்வு, வாய், மூக்குடன் கண்பார்வையும் உண்டு. எனவே இவற்றை நாலறிவு உயிர்கள் என்கிறார் தொல்காப்பியர்!

ஐந்தறிவு உயிர்கள்

மா, மாக்கள், மற்றும் அவற்றின் கிளைகள்.

மா – நான்கு கால் விலங்கு, மற்றும் மாக்கள் – மனவுணர்வு இல்லாத மனிதர்கள் (கிளை – எண்கால் வருடை, குரங்கு போல்வன என்று தொல். உரை ஆசிரியர்கள் சொல்வார்கள்). அதாவது இவற்றுக்குத் தொடு உணர்வு, வாயின் சுவையுணர்வு, மூக்கின் வாசம் பார்க்கும் அறிவு, கண்பார்வை, காது கேட்கும் அறிவு என ஐந்து அறிவும் உண்டு என்கிறார் தொல்காப்பியர். பகுத்தறிந்து சிந்திக்கும் ஆற்றல் மட்டுமே இல்லை.

ஆனால் சில நேரம், சில நிகழ்வுகளைப் பார்க்கும்போது, ஆறறிவு படைத்த மனிதரை விடவும் ஐந்தறிவு படைத்த விலங்குகள் மேலாகத் தோன்றும். கவிஞர் வைரமுத்து, “ஐந்து பெரிது, ஆறு சிறிது” கவிதை இதைச் சொல்லும்.

ஆறறிவு உயிர்கள்

மக்கள், மற்றும் அவர்களின் கிளைஞர் (மக்கள் மாதிரி ஆனா மக்கள் இல்ல!). மாற்றுத்திறனாளிகளும் மனிதர்கள்தானே? தேவர், நரகர் போன்ற கற்பனை மாந்தரும் இந்த வகையில் சேர்வார்கள். இவர்களுக்குத்தான் எது சரி எது சரியல்ல என்று பகுத்துணரும் ஆறாம் அறிவான பகுத்தறிவு உண்டு என்று தொல்காப்பியர் சொல்கிறார்!

ஆனா எங்க, நம்ம மனுசங்க சில பேர பாத்தா ஓரறிவு, ஈரறிவு, மூவறிவு, நாலறிவு, ஐந்தறிவு உள்ளதுகளோ என்று ஏதும் சந்தேகம் வந்தா அது வேற கதை! அது குணம் பற்றியது! என்ன செய்ய? ஆனால் பாருங்கள், இந்த அஃறிணை போலும் அறிவுக்குறையைக் குறிக்கத்தானோ என்னவோ வள்ளுவர் “கள்” எனும் பன்மை விகுதி சேர்க்கும் இடங்களில் எல்லாம் மனிதப் பண்பை இழந்தவரையே குறிப்பிடுகிறார் (பார்க்க – திருக்குறள் எண்கள்: 263, 919, 1075).

இதனோடு தொடர்புடைய ஒரு கொசுறுச் செய்தியையும் சொல்லி விடுகிறேன் - பாம்பு நான்கறிவு உயிர். எனவே அதற்குக் காது கிடையாது! ஆனாலும் நம் தமிழ்த் திரைப்படங்களில் மகுடி ஊதுவதும், உடன் பாம்பு ஆடுவதும் கூட கண்ணால் பார்த்து ஆடலாம் என்று சொல்லலாம். ஆனால் "நாகராஜாஆஆஆஆ" என்னும் கதாநாயகியின் குரல் கேட்டு, திரும்பி ஒரு பார்வை பார்ப்பதாக வரும் காட்சி.. அடேங்கப்பா, நம் காதிலெல்லாம் பூ, இல்ல பூந்தோட்டமே வைக்கிற காட்சியில்ல..?

இப்பவும் பெரும்பாலோர் பாம்புக்குக் காது கேட்கும் என்றே நம்பும் புண்ணியத்தைக் கட்டிக்கொண்டவை நம் தமிழ்த் திரைப்படங்கள்தான்! ஆனால், பாம்புக்குக் காதே கிடையாது என்பதால்தான் நம் பழந்தமிழ் மேதைகள் பாம்புக்கு "கட்செவி" என்று பேர் வைத்தார்கள்! அதாவது கண்ணே செவிபோலப் பயன்படுமே அன்றி பாம்புக்குக் 'காது லேது' என்பதை அழகாகச் சொல்லும் பழந்தமிழ்ச் சொல் அது! இது எப்படி இருக்கு? பழந்தமிழில் இருக்கும் அறிவுச் சுரங்கத்தை மண்மூடிப் போட்டுவிட்டோம். இப்போது கொஞ்சம் கொஞ்சமாக (கீழடியில்) தோண்டித் தெரிந்து கொள்வோம்!

அப்படியானால், "தாவரங்களுக்கு ஓர் அறிவு உண்டு" என்னும் அறிவியல் கண்டுபிடிப்புக்கான நோபல் பரிசை தொல்காப்பியருக்குத் தந்திருக்க வேண்டும்தானே? இதை யாராவது அந்தப் பரிசுக் குழுவுக்குச் சொல்லுங்களேன்.. முக்கியமாக வெளிநாடுகளில் வாழும் தமிழர்கள் இதைச் செய்யலாம்.

8

ர, ழ எழுத்துகளைக் காப்பாற்றுங்கள்!

தமிழர்கள் உலகின் எந்த மூலையில் இருந்தாலும், தமிழைக் காக்கவும் வளர்க்கவும் நினைப்பது மகிழ்ச்சியளிக்கும் செய்திதான். ஆனால் தமிழைக் காக்க, உணர்ச்சி மட்டுமே போதாது. செயல் புரிந்து வாழ்த்த வேண்டிய செயல்பாடுகளும் அதற்கான சிந்தனைகளும் அவசியம்.

பிறமொழி கலந்தோ, உச்சரிப்பை மாற்றியோ பேசப் பேச, அந்தந்த வழக்கில் வேறொரு புதிய மொழி உருவாகிக் கொண்டே இருப்பதைக் கடந்த ஆயிரம் ஆண்டுகளில் நாமே கண்டிருக்கிறோம். "வடவேங்கடம் தென்குமரி ஆயிடைத் தமிழ்கூறும் நல்லுலகு" என்று தொல்காப்பியர் காலத்தில் இருந்த தமிழ், இப்படித்தான், பெ.சுந்தரனார் காலத்தில் "கன்னடமும் களிதெலுங்கும் கவின் மலையாளமும் துளுவும்" தமிழின் வயிற்றிலிருந்தே பிறந்ததாகச் சொல்கிறார்!

கொஞ்சம் யோசித்துப் பார்த்தால் வாழ்க்கை முறையை வகுக்கத்தான் நம்மால் முடியுமே தவிர, வாழ்வது அவரவர் பொறுப்புத்தானே? அதே போல, மொழியின் இலக்கணத்தை நம் முன்னோர வகுத்திருந்தாலும், அதை வரிவடிவில் எழுதும்போதும், ஒலியுருவில் உச்சரிக்கும்போதும் அவரவருக்கும் ஒரு பொறுப்பிருக்க வேண்டுமல்லவா?

மெத்தப் படித்தவர் கூட – அறியாமை காரணமாகவோ, அலட்சியம் காரணமாகவோ - செய்யும் தவறுகள், அடுத்தடுத்த தலைமுறைக்கும்

கடத்தப்படுவதுதான் நாளடைவில் மொழிக்குப் பெருங்கேடு விளையச் செய்து அழித்தும் விடுகிறது. அல்லது அந்த வேறுபாடுகளே புதிய மொழிகளின் தோற்றத்துக்கும் விதைகளாகி விடுகின்றன.

திராவிட மொழிக் குடும்பத்தின் தாயான தமிழிலிருந்து தோன்றிய மொழிகளைப் பட்டியலிட்டு, பேராசிரியர் பெ.சுந்தரனார் பாடியதன் வரலாற்றுக் குறிப்பும் இதுதானே?

இருபத்தோராம் நூற்றாண்டில் அழியும் நிலையில் இருப்பதாக நான் நினைக்கும் தமிழ் எழுத்துகள் இரண்டு! ஒன்று, தவறான உச்சரிப்பால் வழக்கொழிந்து வரும் ழ. மற்றொன்று, கணினி எழுத்துருக் குழப்பத்தால் சிதைந்து வரும் ர. இவ்விரண்டையும் காப்பாற்ற வேண்டிய கவலையே இக்கட்டுரையின் நோக்கம்.

ழ - இன்றைய தமிழ் கூறும் நல்லுலகில் பற்பல உச்சரிப்பு முறைகள் உள்ளன. மதுரைத் தமிழ், நெல்லைத் தமிழ், குமரித் தமிழ், கோவைத் தமிழ், தஞ்சைத் தமிழ், இவற்றிலிருந்து முற்றிலும் வேறுபட்ட சென்னைத் தமிழ், மற்றும் ஈழத்தமிழ் என, பல்வேறு உச்சரிப்பு முறைகள் உள்ளன. உலகின் எந்தப் பகுதியில் இருந்தாலும் பிராமணத் தமிழ் என்ற ஒன்றும் தனியாகவே இருக்கிறது.

இந்த உச்சரிப்பு முறைகள் அனைத்திலும் சிதைந்து வரும் ஒலிப்புமுறை முதலில் தாக்கியிருப்பது "ழ" எனும் தமிழுக்கே உரித்தான சிறப்பு ழகர எழுத்தைத்தான். மேற்கண்ட அனைத்துத் தமிழிலும் இப்போது மறைந்து வருவது ழகரம். முக்கியமாகப் பேச்சு வழக்கில் - அனேகமாக குழந்தைகளிடமிருந்து – மறைந்து வருகிறது. பத்து வயது உடைய பள்ளிக் குழந்தைகளின் இன்றைய உச்சரிப்பே நாளைய மொழி நடை! எனவே, ழ எழுத்தின் உச்சரிப்பைக் காப்பாற்றி அடுத்த தலைமுறைக்குத் தரும் பெரும் பொறுப்பை இன்றைய தலைமுறையே ஏற்க வேண்டும்.

இது பேச்சுமொழிக் குழப்பம்தான் என்றாலும், இதன் நடைமுறைச் சிக்கலைப் பற்றியே நான் கவலைப்படுகிறேன். லகர ளகர ழகர உச்சரிப்பு வேறுபாடு அறியாமல் சொல்லித் தரும் ஆசிரியர், தவறுகளை மொழியின் மீது சுமத்தக் கூடாது! தமிழ் நெடுங்கணக்கில் மெய்யெழுத்துகளின் அடுக்கு (வரிசை) முறைக்கு ஆழ்ந்த பொருளுண்டு. இதை அறியாதவரே இந்தக் குழப்பத்துக்கு ஆளாகிறார்கள்.

வல்லினம் மெல்லினம் இடையினம் என மூன்று வகையான மெய்யெழுத்துகள். முதலில் வல்லினம், அடுத்து அதற்கு இனமான மெல்லினம் என்றே ஐந்து இனஎழுத்துகள் வரிசைப்படுத்தப்பட்டுள்ளன.

சொல்லிப் பாருங்கள், க ங, ச ஞ, ட ண, த ந, ப ம. இதன் பின் ஆறு இடையின எழுத்துகளும் வரிசையாக – மெய்யெழுத்துகளின் இடையில் - உள்ளன. கடைசியாக மீண்டும் வல்லின எழுத்தை அடுத்து மெல்லின எழுத்தோடு ற ன என்றே முடிகின்றன. இந்த வரிசையின் அர்த்தமறியாமலே கற்பிக்கப்படுவதன் ஆபத்து, உச்சரிப்புக் குழப்பத்தில் கொண்டு சேர்த்து விடுகிறது.

ல – இதன் பெயர், ஒற்றல் லகரம்! (“குண்டு லகரம்” அல்ல!) நுனி நாக்கு நுனி அண்ணம் எனும் மேல் வாயை ஒற்றுவதால் பிறக்கும் எழுத்து.

ள – இதன் பெயர், வருடல் ளகரம்! (“வெள்ளிக் கால் ளகரம்” அல்ல!) நுனி நாக்கு நுனி அண்ணத்தை வருடுவதால் பிறக்கும் எழுத்து.

ழ – இதன் பெயர், சிறப்பு ழகரம்! (“வாழைப்பழ ழகரம்” அல்ல!) நுனி நாக்கு, அண்ணத்தின் மேலே இழைத்து மடங்குவதால் பிறக்கும் சிறப்பெழுத்து.

இவை மூன்றும் ஒரே இனமாக – இடையினமாக - வந்தாலும், பல+மொழி = பன்மொழி, நாள்+காட்டி = நாட்காட்டி என முறையே மெல்லினம் வந்தால் லகரம் னகரமாகவும், வல்லினம் வந்தால் ளகரம் டகரமாகவும் மாறும் என, இவ்வெழுத்துகளைக் கற்பிக்கும்போதே சொல்லப்பட வேண்டும்.

“கேட்டுக் கொல்கிறேன்” என்றும், “பல்லிக்கூடம்” என்றும், “மாம்பலம்” என்றும் “அழுத்தம் திருத்தமாக”ச் சொல்கிறார்களே!? (மிகப் பெரிய பேச்சாளர் -இலக்கியவாதிகளும் இதற்கு விதிவிலக்கல்லவே!) எனில், “தமில் வால்க” என்று எவ்வளவு கத்தினாலும், தமிழ் எப்படி வாழும்? இதற்கு, “வாழைப்பழம் அழுகிக் கொழகொழத்து கீழே விழுந்தது” என்று, சிறு வயதில் கற்க மறந்தவர்க்கு, இப்போதாவது சொல்லித் தர வேண்டும்.

இப்படியே, “பெரிய” எனும் சொல்லில் “சின்ன ர” வருவதும், “சிறிய” எனும் சொல்லில் “பெரிய ற” வருவதுமான தமிழின் அழகைச் சொல்லித்தர வேண்டும்! அப்படியே அது பெரிய ற அல்ல, வல்லின றகரம் எனவும், சிறிய ர அல்ல, இடையின ரகரம் எனவும் சொல்லித் தர வேண்டும். இவற்றால் பொருள் மாறி வருகின்ற சொற்களை அடுக்கி அடுக்கி நிறையச் சொற்களைச் சொல்லிச் சொல்லித் தரவேண்டும். இல்லையேல் அடுத்த தலைமுறை “தமில் மொலி”யில்தான் பேசும்.

இது போலும் தமிழ் எழுத்துகளின் உச்சரிப்பு வேறுபாடு பற்றி விரிவாகத் தெரிந்துகொள்ள விரும்புவோர் முதல் கட்டுரையைப் படிக்கலாம்.

ர எனும் எழுத்து, கணினி எழுத்துருக்கள் சிலவற்றால் ஆபத்தான நிலைக்குத் தள்ளப்பட்டுள்ளது. அதாவது ர ரா ரி ரீ என, ரகர வர்க்கத்து எழுத்தின் இறுதியாக சொல்லப்படும் ர் எனும் எழுத்தைக் கணினியின் எழுத்துரு வகைகள் சில, துணைக்கால் போட்டு புள்ளிவைத்து எழுதச் செய்து இந்தக் குழப்பத்தைச் செய்துவிட்டன.

அதாவது இராமர் என எழுதும்போது, இறுதியில் வரும் ர் எனும் எழுத்தில் ர போட்டுப் புள்ளி வைப்பதற்குப் பதிலாக துணைக்கால் போட்டுப் புள்ளி வைக்கத் தொடங்கி அவ்வாறே பழகி வருகிறார்கள். (யுனிகோடு எழுத்துருக்கள் பலவற்றில் இது சரியாக உள்ளது. வேறு சில எழுத்துருக்கள் கல்வித்துறையின் பாடநூல்களிலேயே இடம்பெற்ற அவலத்தால் வந்த ஆபத்து இது.)

பார், யார், போர், குமார் என ர ஒற்று வருமிடங்களில் எல்லாம் துணைக்கால் போட்டுப் புள்ளி வைத்துப் பழகி வரும் குழந்தை நாளடைவில் ர் எனும் எழுத்தையே மறந்துவிடும் ஆபத்து உள்ளது. மரம், கரம், பாரம், எனும் சொற்களில் இந்தக் குழப்பமில்லை. ஆனால், வரி, பாரீர், ஆராரி ராரோ என எழுதும்போது குழம்பி விடுகிறார்கள்.

துணைக்கால் போட்டுப் புள்ளிவைத்து, அதை ர் என்றே படித்துப் பழகிய பிள்ளைகள் ரி ரீ எனும் எழுத்துகளையும் அவ்வாறே துணைக்கால் போட்டு, கொம்புகளுடன் எழுதுகிறார்கள் என்பது கவலைக்குரியது.

எனவே, ரகர ஒற்று எழுதும்போது ர போட்டு, புள்ளி வைக்கவேண்டும் துணைக்கால் போட்டுப் புள்ளி வைப்பது ர ஆகாது என்பதை இப்போது சொல்லித் தர வேண்டிய அவலம் ஏற்பட்டுள்ளது. இதைக் கவனித்து இப்போதே திருத்தாவிட்டால் அடுத்த தலைமுறையில் ர அழிந்து விடும்.

இவற்றை அலட்சியத்தால் விட்டுவிட்டு, பாய்ந்து பறக்கும் வாழ்க்கைச் சிக்கலில் நாமும் கலந்து ஓடிக்கொண்டே இருந்தால், நாளடைவில் குழந்தைகளுக்கு எழுத்துக் குழப்பமாக அல்ல மொழிக் குழப்பமாகவே மாறிவிடும் ஆபத்து எழுந்திருக்கிறது என்பதை உணர்ந்து திருத்த வேண்டுவது நம் தலைமுறைத் தமிழர்களின் தமிழ்க்கடன்!

(நியூயார்க் தமிழ்ச் சங்கப் பொன்விழா மின்-மலரில் இடம்பெற்றது - 2020)

9

பாட்டெழுதிப் பெயர் வாங்கும் புலவர்களும் குற்றம் கண்டுபிடித்தே பெயர் வாங்கும் புலவர்களும்!

“திருவிளையாடல்” எனும் புகழ்பெற்ற தமிழ்த் திரைப்படத்தில் வரும் ஓர் உரையாடல் மிகவும் புகழ்பெற்றது – “பாட்டெழுதிப் பெயர் வாங்கும் புலவர்களும் இருக்கிறார்கள், குற்றம் கண்டுபிடித்தே பெயர் வாங்கும் புலவர்களும் இருக்கிறார்கள்!”. இது, இன்றும் பொருத்தமாகவே உள்ளது!

பெரும்புலவர் சிலர், இன்றைய இளைஞர்களின் படைப்புகளைப் பார்த்து, தமிழைத் தப்பும் தவறுமாக எழுதுவதாக வருத்தப்படுகிறார்கள். அவர்கள் வருத்தம் ஒரு பக்கம் நியாயம்தான் என்றாலும், தமிழில் எழுத முயற்சி செய்வோரை, தட்டிக்கொடுத்து வளர்க்க வேண்டிய சூழலில்தான் நாம் வாழ்கிறோம் என்பதைப் புரிந்துகொள்ள வேண்டும். முயற்சி செய்வோரின் ‘கொழுந்து’ முனையைக் கிள்ளிவிடாமல், செடியின் பழுத்த இலைகளைக் கிள்ளி அந்தச் செடிக்கே உரமாகப் போட வேண்டும்.

எழுதுவோரின் ஆர்வத்தைத் தூண்ட, அவர்தம் பிழையான தமிழைக் கவனமாகப் பார்த்து, ஆக்கவழியில் ஆலோசனை சொல்வதே அவர்தம் படைப்புத்திறனை வளர்க்கும் வழியாகுமே அல்லாமல், “க் ச் சரியா

இல்லையே! இவனெல்லாம் எதுக்கு எழுதுறான்?" என்று ஒரேயடியாகச் சொல்லி அவர்களை மனத்தளவில் ஒடுக்கிவிடுவது சரியல்லவே?

எழுத்துப் பிழையை விடவும் கருத்துப் பிழைதானே நமது கவனத்திற்கும் கண்டிப்புக்கும் திருத்துவதற்கும் உரியது? அதே திருவிளையாடல் புராணப்படத்தில் நக்கீரன் சொல்வதாக வரும் - "சொல்லில் பிழையில்லை, இருந்தாலும் மன்னித்து விடலாம். ஆனால் கருத்தில் பிழையிருக்கிறது. அதை ஒருக்காலும் ஒப்ப முடியாது!" எனும் உரையாடல் மிகவும் சரியானது. இந்த நக்கீரத்தனம்தான் இன்று தேவை!

"இந்த எழுத்தாளரின், எழுத்தில் பல இடங்களில் க் ச் இல்லையே! என்ன தமிழ் இது?" என்பது பொருத்தமல்ல என்பதோடு, அதைப் பற்றியே கவலைப்பட்டு, அவரிடம் நல்ல கருத்துகள் நல்ல சிந்தனைகள் வளராமல் செய்துவிடுவதை நாம் ஏற்க முடியாதல்லவா? தப்போ சரியோ நல்ல சிந்தனை தமிழில் எழுதப்பட வேண்டும், எழுத்துப் பிழைகளைச் சரிசெய்து கொள்ளலாம். முயற்சியே தடுக்கப்பட்டால் பயிற்சியே அற்றுப்போகுமே?

பன்னாட்டுப் பொருளாதாரம் ஏற்படுத்திவரும் பண்பாட்டுக் குழப்பம் எனும் பெரும் இருட்டில், தமிழ் எழுத முன்வரும் இளைஞர்களின் சிறு பொறியைத் தட்டிக் கொடுத்துத்தானே பெருநெருப்பாக்க வேண்டும்?

தமிழ்நாட்டின் மிகப் பெரும்பாலான நகரங்களில் இருக்கும் பெரிய கடைகள் மற்றும் 'பேரங்காடி'யில் (சூப்பர் மார்க்கெட் / மால்) வாங்குவதும் விற்பதும் தமிழர், விற்கும் பெரும்பாலான பொருள்களும் தமிழ்நாட்டுப் பொருளாகவே இருந்தபோதும் விற்பனைச் சீட்டை மட்டும், சுத்தமான – கலப்படமற்ற - ஆங்கிலத்தில்தானே தருகிறார்கள்?

தமிழக உணவுவிடுதி, கல்நெய்க்கடை (பெட்ரோல் பங்க்), தங்குமிடம், துணிக்கடை, நகைக்கடை, பெரும் வணிகமையம் எனப் பெருகிக் கிடக்கும் பன்னாட்டுப் பொருளியல் பண்பாட்டின் ஆங்கிலத் திணிப்பை, நமது அரசுகள் கண்டும் காணாமலும் இருக்கின்றன. இதில் ஒன்றிய அரசின் இந்தித் திணிப்புக் கொடுமை வேறு இஞ்சி தின்ற குரங்காக இளிக்கும் சமூகத்தில் நாம் எவரிடம் தமிழ் வளர்ச்சி பற்றிப் பேசுவது? நம் இளைஞர்கள்தானே பெரிய நம்பிக்கை? க் ச் போடும் குழப்பமே பல்லாயிரம் தமிழ்க் குழந்தைகளை அந்நியப்படுத்தி, ஃபிரெஞ்சு, ஜெர்மன், ஜப்பான் மொழிகளை விருப்பப் பாடமாக்கிவிடும் எதார்த்த நிலையிலிருந்து யோசித்தால் இந்த கசப்பான உண்மை தெரியும்.

திருச்சி மாநகரின் மத்தியப் பேருந்து நிலையம் அருகில் உள்ள

பேரங்காடியில் ‘உளுத்தங் கஞ்சி’ குடிக்க விரும்பினால், முதலில் பணம் கட்டவேண்டும். (இதுதான் பன்னாட்டுப் பொருளியல் பண்பாடு! நம் ஊர்க் கடைகளில் சாப்பிட்ட பின் பணம் தரலாம். பெருமுதலாளி நம்மை நம்ப மாட்டார் என்பதன் அடையாளமே இந்த முன்பணம்!)

பணம் கட்டிய பிறகு, “*Uluthankanchi-Rs.15.00*” என்ற ஆங்கிலச் சிட்டையைப் பெற்றுத் தந்தால்தான் உளுத்தங்கஞ்சியே குடிக்க முடியும் என்கிறபோது, ஆங்கிலவழிக் கல்வி பெருகிய இந்த நாளில், இளைஞர்கள் மிகப் பெரும்பாலோர் இணையம், செல்பேசித் தொடர்புகள் அனைத்திலும் ஆங்கிலத்திலேயே புழங்கிவரும் சூழலில், தமிழில் எழுத ஆர்வத்துடன் முன்வரும் இளைஞர்களின் பெரிய குழப்பமே இந்த க் ச் பிரச்சினைதான். எனில், க், ச் விடுபடும் (சந்தி) பிழைகள் பற்றிய தமிழ்ச் சான்றோர் பார்வையில் மாற்றம் தேவை. மாறுவது மரபு, இல்லையேல் மாற்றுவது மரபு என்பதே சரியானது.

பொருள் மாறுபடும் இடங்களில் மட்டும் க், ச் எழுத்துகளில் உரிய எழுத்தைப் போட்டுக் கொள்ளலாம். தொல்காப்பியம், நன்னூல் இலக்கணம் காட்டும் எல்லா இடங்களிலும் போட வேண்டியதில்லை. “பழையன கழிதலும் புதியன புகுதலும் வழுவல கால வகையினானே” என்று, நன்னூலார் தன் கடைசி நூற்பாவில் சொன்னதை இந்த இடத்தில் பொருத்திக் கொள்வதில் தவறில்லை என்பதே என் கருத்து.

உதாரணமாக – முருகனைக் கும்பிட்டு நிற்பவன், “வேலை கொடு” என வேண்டி நிற்கும்போது “வேலைக் கேட்கிறானா, வேலையைக் கேட்கிறானா?” என்ற குழப்பம் வர வேண்டியதில்லை. சொற்களின் தனிப் பொருளை விடவும் சூழ்நிலை - தொனிப் பொருள்தான் முக்கியம் அல்லவா? அப்படிப் பார்க்கும்போது, க் வந்தால் ஒரு பொருள் (வேலைக்கொடு – உன்னிடம் இருக்கும் வேலைக்கொடு) க் வராவிட்டால் வேறொரு பொருள் (எனக்கு ஒரு வேலை கொடு) என இலக்கணத்தைச் சொல்லி அந்த ஏழையை அச்சுறுத்த வேண்டியதில்லை.

இது போல, ஒற்றெழுத்துகள் தேவையில்லாத இடங்களே அதிகம்.

உன்னைக் கேட்கவில்லை – உன்னை கேட்கவில்லை.

எனகுத் தெரியாது – எனக்கு தெரியாது.

தஞ்சைப் பெரிய கோவில் – தஞ்சை பெரிய கோவில்.

இவற்றில் எந்தப் பொருள் மாற்றமும் இல்லை. இரண்டாம் நான்காம் வேற்றுமை உருபுகள் (ஐ கு), மற்றும் அன்மொழித் தொகை வரும்

இடங்களில் வல்லின ஒற்று மிகும் என்பது இலக்கணம். எனினும் இவை இப்போது தேவையற்றுப் போயின. எளிதாகவும் இருக்கிறதல்லவா? (எனக்கு மகள் என்பதே சரி, எனது மகள் என்பது அஃறிணையைக் குறிக்கிறது என நாம் இலக்கணம் சொன்னாலும் எனது மகள்தானே வழக்கில் உள்ளது? அஃறிணையாக அப்பனே மகளைச் சொல்வதா என்றா கேட்பது? இவை போலும் இடங்களைக் கண்டறிந்து புதிய இலக்கணம் செய்ய வேண்டும்.) உருபு மயக்கத்தை விட்டுவிட்டு, எழுதிப் பழகும் இளைஞர்களுக்கு எளிமைப்படுத்தித் தர வேண்டியதும் அவசியம்.

நமது தமிழ் நாளிதழ்களின் தலைப்புச் செய்திகளில் இது பற்றிய தெளிவு கிடைக்கும். தேவையான இடங்களில் மட்டும்தான் க் ச் ட் த் ப் ற் என்னும் (வல்லினம் மிகும்) ஒற்றெழுத்துகளைப் பயன்படுத்துகிறார்கள். அவர்களைத் தமிழ் எதிரியைப் போலப் பார்க்க வேண்டியதில்லை.

பின்வரும் தலைப்புச் செய்திகளைப் பாருங்களேன் –

பொங்கல் பரிசு தொகுப்பு வினியோகம் துவங்கியது – தினமலர் *04-01-2021*

கொரோனாவை கட்டுப்படுத்த கோவிஷீல்டு – தினகரன் *04-01-2021*

இந்திய நிறுவனங்களுக்கு பிரதமர் மோடி பாராட்டு – தினத்தந்தி *04-01-2021*

7 வயது சிறுமியை கொலை செய்த – இந்து தமிழ் *30-12-2020*

வேளாண் சட்டங்களை திரும்பப் பெறு – தீக்கதிர் *10-12-2020*

மனைவியை கொலை செய்தவருக்கு – புதுகை வரலாறு *10-12-2020*

அரியலூர் பெரம்பலூர் மாவட்ட தேர்தல் – முரசொலி *01-01-2021*

100 பணக்கார பெண்களில் – தினமணி – மகளிர் மணி *23-12-2020*

இச்செய்திகளில் க் ச் இல்லை. எனினும் பொருள் மாறுபடவில்லை. எனவே,

“இயல்பினும் விதியினும் நின்ற உயிர்முன்
க ச த ப மிகும் விதவாதன மன்னே!” - (நன்னூல் – 165)

எனும் நூற்பா இதற்கான விதிவிலக்கைத் தருவதைப் பயன்படுத்திக் கொள்ளலாம்.

நமது தமிழ்ச் சமூக ஊடகங்களின் பாராட்டுக்குரிய தமிழ் வளர்ச்சிப் பணியைக் காணும்போது, நாம் தொடர்ந்து ஆதரவு தருவது அவசியம். ஊடகம் இல்லாமல் தமிழ் வளர்ச்சி இல்லை. அதற்கான இலக்கிய இலக்கணக் கருத்து வளர்ச்சிக்காக முயற்சி செய்வோரை மறக்காமல் பாராட்ட வேண்டும். எனினும் சில தமிழ் இதழ்களில், தமிழ் எழுத்துப் பிழைகள் மலிந்திருப்பதையும் மறுக்க முடியாது. தொடர்ப் பிழைகள், பிற மொழிச் சொற்களையே தலைப்புச் செய்தியில் தருவது, தமிங்கிலத்தில் தலைப்புச் செய்திகளைத் தருவது, தமிங்கிலத்திலேயே இதழ்ப் பெயர்கள் தொடர்வது பற்றிய விமரிசனம் தனி! அது பண்பாட்டு அடிப்படையிலான விமர்சனப் பகுதி! மொழி வளர்ச்சிக்குத் தடையான இலக்கணச் சிக்கலைப் பற்றிப் பேசுவதால், தொடர்புடைய கருத்துக்காகச் சொல்ல நேர்ந்தது.

தமிழ் இளைஞர்களில் மிகப்பெரும்பாலோர் 'தமிங்கில' எழுத்தில் தகவல் தந்து-பெறுவதையும், திறன்பேசி, செல்பேசித் தொடர்புகளை (Contact) ஆங்கிலத்தில் வைத்திருப்பதையும் குறை சொல்ல முடியவில்லை. அரசு, பெற்றோர், கல்வித் திட்டங்களில் இவர்களுக்கு வழிகாட்டவில்லையே! (தமிழாசிரியர் சிலர் கூட இப்படி இருப்பதுதான் நகைமுரண்!)

தொழில்நுட்பம் அறியாமை, தமிழின் மீதான அலட்சியம் இவை மட்டுமே காரணம் என, இதை மேம்போக்காகவும் சொல்லிவிட முடியாது.

தகவல் தொழில்நுட்பம் அறிந்தவர்கள் சிலர் தமிழில் எழுத ஆர்வம் இருந்தும், எந்த இடத்தில் க் வரும் எந்த இடத்தில் ச் வராது என்பன போலும் குழப்பத்தில் இருப்பதும் முக்கியக் காரணம். அதோடு வெளிநாடு வாழ் தமிழ்க் குழந்தைகள் ஆர்வத்தின் காரணமாகத் தமிழ் படிக்கத் தொடங்கும்போது, உயிர் எழுத்து, மெய்யெழுத்துக் கற்ற பிறகும் கூட இந்த ஒற்றெழுத்து (சந்தி) பிழை பற்றிய அச்சமே பெரிதும் தடையாக இருப்பதாக அங்கு வாழும் தமிழ்ப்பெற்றோர் நினைக்கிறார்கள். எனவே, இந்த வல்லினம் மிகும் இடம், மிகா இடம் பற்றிய பட்டியலைப் புதுப்பிக்க வேண்டும்.

கூகுளில் "வல்லினம் மிகும் இடம், மிகா இடம்" என்று தேடினால் பெரும் பட்டியலே கிடைக்கும். தமிழறிஞர் பலரும் நமது இலக்கண நூல்களிலிருந்தும எடுத்துத் தந்து நூல்களை வெளியிட்டு வருகிறார்கள். எனினும் பொருள் மாறுகிறதா என்பதற்கு முக்கியத்துவம் தர வேண்டும் என்பதே எனது கருத்து. இல்லையெனில் சந்தி (ஒற்று) பிழை பற்றிய கவலை வேண்டாம் என்பதைப் புதிய இலக்கணமாக ஏற்க வேண்டும். இரண்டு சொற்கள் சந்திக்கும் இடத்தில் தோன்றும் எழுத்து என்பதால்

சந்திப்பிழை என்கிறோம். இதற்கும் ஒரு பட்டியல் போட வேண்டும். அந்த வேலை தனி, அதற்கொரு குழு பணியாற்ற வேண்டும்!

கணினியிலும் செல்பேசியிலும் தமிழ் எழுத்துருக்களுக்கான மென்பொருள் பற்றிய அறியாமை ஒரு பக்கம் என்றால், சோம்பேறித்தனம் வேறு அதனோடு சேர்ந்து கொள்கிறது. இது பற்றி நம் நண்பர், கணினித் தமிழறிஞர் திரு.நீச்சல்காரன் நல்லதொரு முயற்சி எடுத்து "எழுத்துப் பிழை திருத்தி" (வாணி, நாவி எனும் மென்பொருள்களை) உருவாக்கியிருக்கிறார் (பார்க்க - vaanieditor.com). எனினும் சந்திப்பிழை திருத்தி தரும் தெளிவை விடவும் சந்தி இலக்கணம் பற்றிய பார்வை மாற்றமே கூடுதல் தெளிவைத் தரும் என்பதே எனது தெளிவு.

கணினி அறிவியல் படிக்கும் பள்ளி, கல்லூரிப் பிள்ளைகளுக்குக் கூட, கணினித் தமிழ் நம் பாடத்திட்டத்தில் இல்லை. தமிழ் மென்பொருள், தமிழ் எழுத்துருப் பயிற்சி ஏதும் தரப்படுவதில்லை என்பது பெருங்கேடு! இருந்திருந்தால் இந்த இலக்கணக் குழப்பம் தீர ஒரு முயற்சியாவது எழுந்திருக்கும்.

தமிழறிஞரும் கல்வி அலுவலருமான முனைவர் நா.அருள்முருகன் முன்முயற்சியில் புதுக்கோட்டையில் தொடங்கப்பட்டு தொடர்ந்து செயல்பட்டு வரும் "கணினித் தமிழ்ச் சங்கம்" இதற்கான பயிற்சிகளை ஆண்டுதோறும் கொடுத்து வருகிறது. தமிழ்நாடு அரசின் தமிழ் இணையக் கல்விக் கழகம், மதுரை உலகத் தமிழ்ச்சங்கம், மற்றும் தேனித் தமிழ்ச்சங்கம் போலும் சில அமைப்புகளும், தஞ்சை முனைவர் பா.ஜம்புலிங்கம், திண்டுக்கல் தனபாலன், காரைக்குடி முனைவர் மு.பழனியப்பன், சென்னை என்னாரெசுப் பெரியார் முதலான தமிழ்க்கணினி அறிஞர்களும், ஏராளமான தமிழ் வலைப்பதிவர்களும் இதனைச் செய்து வருகின்றனர். எனினும் பள்ளி, கல்லூரிப் பாடத்திட்டத்திலேயே கணினித் தமிழ் எனும் பிரிவைச் சேர்ப்பதுதான் இலக்கண அச்சமற்ற கணித்தமிழ் வளர்ச்சிக்கு நல்ல பலனைத் தரும்.

ஆங்கிலம் எனும் ஒரு மொழியே நம் நாட்டுக்குள் வராத காலத்தில் கட்டப்பட்ட தஞ்சைப் பெரிய கோயிலில் பொறியியல் அறிவு இல்லையா? எந்திரப் பொறியியல் உள்ளிட்ட (BE-EEE, ECE, CIVIL, CSC) பாடம் அனைத்தும் ஆங்கிலத்திலேயே உள்ளன. மொழிப்பாடமும் உயர்கல்வியில் இல்லை! இதோடு, மருத்துவம் படிக்கும் பிள்ளைகள் மருந்துக்கும்கூட தமிழ் படிக்க வேண்டியதில்லை என்பது, தமிழரையும் அழிக்கும் செயல் அல்லவா?

இது பற்றியெல்லாம் முடிவெடுக்க, அரசியல் துணிச்சல் மிக்க அரசு வேண்டும். மொழி-இலக்கண எளிமைக்கான பணிகள் சமூக அரசியல் பொருளியலுடன் தொடர்புடையவை. "மௌண்ட் ரோடு" அண்ணா சாலை ஆன பிறகும் துக்ளக் இதழ் பல்லாண்டுகளாக "மௌண்ட் ரோடு" என்றே தனது முகவரியில் எழுதி வந்தது. தந்தை பெரியார் தந்த தமிழ் எழுத்துச் சீர்திருத்தத்தை எம்.ஜி.ஆர் அரசாணை வழி நடைமுறைப்படுத்தியபோதும் பத்தாண்டுக்கும் மேலாக பழைய எழுத்துகளை தமிழ்த்திரை உலகம் விடவில்லை என்பதையும் மறந்துவிட முடியாது!

தமிழ் வளர்ச்சிக்கான அடிப்படைப் பணிகளை அரசுதான் செய்ய முடியும். இதைப் புரிந்து மக்களும் செயல்பட வேண்டும். தும்பை விட்டு வாலைப் பிடிக்க வேண்டாமல்லவா? தும்பைச் சரியாகப் பிடியுங்கள் தமிழர்களே!

10

இனிய இணைப்புகள்

இப்படித்தான் இருக்கவேண்டும் என்று உடும்புப்பிடி பிடிப்பதல்ல, இப்படி இருந்தால் நல்லது என்பதை எடுத்து உரைப்பதுதான் இலக்கணம். மற்றபடி, இலக்கண விளக்கங்களுக்குப் புறனடை என்றொரு விதிவிலக்கும் உண்டு! எனவேதான் பழக, எழுத, பேசக் கற்றுத்தரும் இலக்கணம் இனிது!

இலக்கணம் மொழியின் சட்டம் எனில், நம் தேவைக்கு, சட்டத் திருத்தம் கொண்டு வருகிறோம் அல்லவா? அதுதானே நடைமுறைச் சட்டம்? இதை அவ்வப்போது உருவாக்கி நடைபோடுவது போல புதிய இலக்கண விதிகளை உருவாக்கத் தமிழறிஞர்கள் சேர்ந்து சிந்தித்து முடிவெடுக்க முன்வர வேண்டும். இது சாதாரணப் பணியல்ல. ஆனால், இன்றைய குழந்தைகளின் தமிழ் ஆர்வத்திற்குத் தடையான எதையும் தகர்க்க, புதிய சிந்தனைகள் முளைக்க இதுவே வழி!

மாறுவது மரபு! இல்லையேல் மாற்றுவதும் மரபே!

தமிழர் வழக்கில் உள்ள இரட்டைச் சொற்களுக்கான பொருள்

அக்கம் பக்கம்

அக்கம் : தன் வீடு (அகம்)

பக்கம் : பக்கத்தில் உள்ளவர்

அக்குவேறு ஆணிவேறு
    அக்கு : வண்டியின் அச்சு (மருவியது)
    ஆணி : அச்சின் ஆதாரமான அச்சாணி

அந்தி சந்தி
    அந்தி : மாலைக்கும் இரவுக்கும் இடையில் உள்ள பொழுது
    சந்தி : இரவு முடிந்து, பகலைச் சந்திக்கும் விடியல் பொழுது

அரை குறை
    அரை : ஒரு பொருளின் சரி பாதி அளவு
    குறை : அளவில் குறைவானது

அலுப்பு சலிப்பு
    அலுப்பு : உடலில் உண்டாகும் வலி
    சலிப்பு : மனதில் வளரும் ஆற்றாமை

ஆட்டம் பாட்டம்
    ஆட்டம் : தாளத்திற்கு தகுந்தவாறு ஆடுவது
    பாட்டம் : ஆட்டத்திற்கு பொருத்தமாகப் பாடுவது

இடக்கு முடக்கு
    இடக்கு : கேலியாக இகழ்ந்து பேசுதல்
    முடக்கு : எதிர்த்து தடுத்துப் பேசுதல்

ஈவு இரக்கம்
    ஈவு : ஈகைக்கான மனம்
    இரக்கம் : அன்பான குணம்

உற்றார் உறவினர் (சொந்த பந்தம்)
    உற்றார் : சொந்த உறவு (சொந்தம்)
    உறவினர் : வந்த உறவு (பந்தம்)

எகனை மொகனை
எகனை	: எதுகை
மொகனை	: மோனை

(பேசும், எழுதும் இடங்களில் ஓசை அழகுக்குப் பயன்படுத்துவது)

ஏட்டிக்கு போட்டி
ஏட்டி	: தானே விரும்பிச் செய்வது
போட்டி	: வேறொன்றுக்கு எதிராகச் செய்வது

ஒட்டு உறவு
ஒட்டு	: இயல்பாக அமைந்த நெருக்கம்
உறவு	: ஏற்படுத்திக் கொண்ட நெருக்கம்

கடை கண்ணி
கடை	: தனியாக உள்ள பெட்டிக் கடை, ஒத்தக் கடை
கண்ணி	: தொடர்ந்த கடைகள், கடை வீதிகள்

காடு கரை
காடு	: மேட்டு நிலம் (முல்லை)
கரை	: ஆறு, குளக்கரை நிலம் (மருதம்)

காய் கறி
காய்	: காய்களின் வகைகள்
கறி	: உணவில் மணம் கூட்டும் பொருள்கள்

கார சாரம்
காரம்	: உறைப்புச் சுவை
சாரம்	: மிகுதியாகச் சார்ந்தது

காலம் நேரம்
காலம்	: ஆண்டின் பிரிவான பெரும்பொழுது (பருவம், மாதம்)
நேரம்	: நாளின் பிரிவான சிறுபொழுது (காலை, மாலை)

காவும் கழனியும்
- கா : சோலை (புன்செய் நிலம்)
- கழனி : வயல் (நன்செய் நிலம்)

கிண்டலும் கேலியும்
- கிண்டல் : மறைத்த செய்தியைப் "போட்டு" (கிண்டி) வாங்குவது
- கேலி : உரிமை உடையவர்களுடன் விளையாட்டுச் சண்டை

குண்டக்க மண்டக்க
- குண்டக்க : இடுப்பின் பின்பகுதி
- மண்டக்க : தலைப் பகுதி

(தலை-கால் புரியாமல் செய்யும் வேலை)

குண்டும் குழியுமாய்
- குண்டு : மேடு
- குழி : பள்ளம்

குடியும் குடித்தனமும்
- குடி : குலமரபு (பழம்பெருமை)
- குடித்தனம் : குடும்பம் (தனிப் பெருமை)

கூச்சல் குழப்பம்
- கூச்சல் : கூட்டத்தில் ஏற்படும் பலவகைச் சத்தம்
- குழப்பம் : தெளிவின்மையால் ஏற்படும் மயக்கம்

சத்திரம் சாவடி
- சத்திரம் : இலவசமாகச் சோறு போடும் இடம் (விடுதி)
- சாவடி : இலவசமாகத் தங்கும் இடம்

சொத்து பத்து
- சொத்து : அசையும் அசையாச் சொத்துகள்
- பத்து : சொத்தின் மேலுள்ள கடன் (பற்று)

சூடு சொரணை

சூடு : மனம் கொதித்து வரும் கோவம்

சொரணை : மான உணர்வு

தப்பும் தவறுமாய்

தப்பு : தெரிந்து செய்வது

தவறு : மறந்து செய்வது

தோப்பு துரவு, தோட்டம் துரவு

தோப்பு : கூட்டமாக இருக்கும் மரங்கள் (மாந்தோப்பு)

துரவு : கிணறு

தோட்டம் : செடி, கொடி, பூ, சிறு தாவரங்கள் பயிரிடப்படும் இடம்

தோலான் துருத்தியான்

தோலான் : மெலிந்தவன்,

துருத்தியான் : குண்டானவன்

நகை நட்டு

நகை : பெரிய அணிகலன்கள் (அட்டியல், ஒட்டியாணம்)

நட்டு : சிறிய அணிகலன்கள்

நத்தம் புறம்போக்கு

நத்தம் : ஊருக்குப் பொதுவான மந்தை

புறம்போக்கு : அரசு ஒதுக்கிய பொது நிலம்

நொண்டி நொடம்

நொண்டி : உறுப்புக் குறைபாடு (மாற்றுத் திறனாளி)

நொடம் : சரி செய்ய வாய்ப்புள்ள உறுப்புக் குறை

பங்கு பாகம்

பங்கு : அசையும் சொத்து

பாகம் : அசையாச் சொத்து

பட்டி தொட்டி
பட்டி	: கால்நடை (ஆடுகள்) அடைக்கும் இடம்
தொட்டி	: மாடுகளை அடைக்கும் இடம்

பழக்கம் வழக்கம்
பழக்கம்	: புதிதாகப் பழகிக் கொள்வது
வழக்கம்	: பழக்கமே தொடர்ந்தால் வழக்கமாகும்

பழி பாவம்
பழி	: செய்யாத தவறுக்கு வந்து சேரும் அவச்சொல்
பாவம்	: மறுபிறப்பில் தண்டனை எனும் மூடநம்பிக்கை

பற்று பாசம்
பற்று	: வெளியிலிருந்து உறவான நெருக்கம்
பாசம்	: பிறப்பால் உணரும் உருக்கம்

பிள்ளை குட்டி
பிள்ளை	: பொதுவாக ஆண் குழந்தையை குறிக்கும்
குட்டி	: பெண் குழந்தையை குறிக்கும் (அஃறிணைத்தன்மை)

பேரும் புகழும்
பேர்	: வாழும் காலத்தில் அடையும் பெருமை
புகழ்	: வாழ்விற்கு பிறகும் உயரும் பெருமை

பொய்யும் புரட்டும்
பொய்	: உண்மைக்கு எதிரானது
புரட்டு	: மாற்றி மாற்றிப் பேசுவது

மூக்கும் முழியும்
முகத்தின் அழகு மூக்கும் கண்ணும் அமைவதைப் பொருத்ததே. (மூக்கு அறுவை மருத்துவமே அழகு விரும்பிகள் செய்வர்.)

வாட்டம் சாட்டம்

வாட்டம் : அளவான தோற்றம்

சாட்டம் : வளமான தோற்றம்

வாயும் வயிறும்

இரண்டு வயிறு, இரண்டு உயிருக்கு ஒரே வாயுடன் இருப்பவள். (கருவுற்ற பெண்ணை இரு மடங்கு கவனிக்க வேண்டும்.)

வாய்க்கால் வரப்பு

வாய்க்கால் : நீர் வரும் வழி (கால்வாய்)

வரப்பு : வயலின் கரைமேடு

வீடு வாசல்

வீடு : வீடு உள்ள இடம்

வாசல் : முன்னும் பின்னுமான இடம்

பழந்தமிழரின் நீர் மேலாண்மையை உணர்த்தும் சொற்கள்

அகழி (Moat)	கோட்டையின் புறத்தே அகழ்ந்தமைக்கப்பட்ட நீர் அரண்.
அணை (Dam)	நீர்த்தடுப்பு அமைப்பு
அருவி (Waterfall)	மலை முகட்டில் தேங்கிய நீர் குத்திட்டு விழுவது
ஆழிக்கிணறு (Well in Seashore)	கடலுக்கு அருகே தோண்டிக் கட்டிய கிணறு
ஆறு (River)	பெருகி ஓடும் நதி
இலஞ்சி (Reservoir)	பலவகைக்கும் பயன்படும் நீர்த் தேக்கம்

உறைகிணறு (Ring Well)	மணற்பாங்கான இடத்தில் தோண்டி சுடுமண் வளையமிட்ட கிணறு. (இதுதான் இப்போது கீழடியில் கிடைத்திருப்பது!)
ஊருணி (Drinking water tank)	மக்கள் பருகும் நீர் நிலை
ஊற்று (Spring)	பூமிக்கடியிலிருந்து நீர் ஊறுவது
ஏந்தல்	ஏரி அல்லது ஏரியை ஒட்டிய ஊர்
ஏரி (Irrigation Tank)	வேளாண்மைப் பாசன நீர்த் தேக்கம்
ஓடை (Brook)	அடியிலிருந்து ஊற்றெடுத்து வாய்க்கால் வழி ஓடும் நீர்
கடல் (Sea)	சமுத்திரம், ஆழி
கண்மாய் (கம்மாய்) (Irrigation Tank)	ஏரிக்கு வழங்கும் பெயர்
கரணை	ஈரநிலம்
கலிங்கு (Sluice with many Ventures)	அடைத்துத் திறக்கக் கூடிய அமைப்பு
கால்வாய் (Supply channel to a tank)	நீர் கொண்டு செல்லும் வழி
குட்டம் (Large Pond)	பெருங்குட்டை
குட்டை (Small Pond)	சிறிய குட்டம் (மாடு குளிப்பாட்டும் நீர் நிலை)
குண்டம் (Small Pool)	சிறியதாக அமைந்த குளிக்கும் நீர் நிலை
குண்டு (Pool)	குளிப்பதற்கேற்ற ஒரு சிறு குளம்
குமிழி (Rock cut Well)	பாறை குடைந்து ஊற்றை உடைய குடைகிணறு

குமிழி ஊற்று (Artesian fountain)	அடி நீர் கொப்பளித்து வரும் ஊற்று
குளம் (Bathing tank)	ஊர் அருகே மக்கள் குளிக்கப் பயன்படும் நீர் நிலை
கூவல் (Hollow)	ஆழமற்ற கிணறு போன்ற பள்ளம்
வாளி (stream)	ஆற்று நீர் ஊற்று நீரால் நிரம்பி மறுகால் வெளிச் செல்ல அமைக்கப்பட்ட நீர்நிலை (இன்றைய புழக்கத்தில் கை வாளி)
கேணி (large well)	அகலமும் ஆழமும் உள்ள ஒரு பெருங் கிணறு
சிறை (Reservoir)	தேக்கப்பட்ட பெரிய நீர் நிலை
சுனை (Mountain Pool)	மலையிடத்து இயல்பாயமைந்த நீர் நிலை
சேங்கை (Tank with duck weed)	பாசிக்கொடி மண்டிய குளம்
தடம் (Beautifully constructed bathing tank)	நாற்புறமும் கட்டப்பட்ட குளம்
தளிக்குளம் (tank surrounding a temple)	கோயில் நாற்புறம் அமைந்த நீர்நிலை
தாமரைக் குளம்	தாமரைப் பூக்கள் மண்டிய குளம்
தாங்கல் (Irrigation tank)	தொண்டை மண்டலத்தில் ஏரியைக் குறிக்கும்
திருக்குளம் (Temple tank)	கோயிலருகில் அமைந்த நீராடும் குளம்
தெப்பக்குளம் (Temple tank with inside pathway)	தெப்பம் சுற்றி வரும் குளம்
தொடுகிணறு (Dig well)	மணலைத் தோண்டி நீர் கொள்ளும் இடம்
நடைகேணி (Large well with steps)	படிக்கட்டமைந்த பெருங் கிணறு

நீராழி (Bigger tank at the center of Building hall)	மைய மண்டபப் பெருங்குளம்
பிள்ளைக்கிணறு (Well in middle of a tank)	குளம் ஏரி நடுவமைந்த கிணறு
பொங்குகிணறு (Well with bubbling spring)	ஊற்று கொப்பளிக்கும் கிணறு
பொய்கை (Lake)	இயற்கையாய் அமைந்த நீர் நிலை
மடு (Deep place in a river)	ஆற்றின் இடையில் கிடக்கும் பள்ளம்
மடை (Small sluice with single venturi)	ஒரு கண்ணே உள்ள சிறு மதகு
மதகு (Sluice with many ventures)	பல கண்ணுள்ள பெரிய மடை
மறுகால் (Surplus water channel)	நீர் கழிக்கப்படும் பெரிய வாய்க்கால்
வாய்க்கால் (Small water course)	நீர் செல்லும் வழி, கால்வாய்

தமிழர்கள் தம் கருத்தைத் தெரிவிக்கும் முறைகள்தான் எத்தனை எத்தனை!

விளம்புதல்	சொல்வது
விளத்துதல்	விவரமாகச் சொல்வது
விள்ளுதல்	ஒளிவுமறைவில்லாமல் சொல்வது
விதத்தல்	சிறப்புக் கூட்டிச் சொல்வது
மொழிதல்	வளமான சொற்கள் கொண்டு சொல்வது

மிழற்றுதல்	குழந்தைகள் மாதிரி இசையொழுங்கோடு சொல்வது
பொழிதல்	இடைவிடாமல் சொல்வது
பேசுதல்	இரண்டு பேர் மாறி மாறிச் சொல்லி கொள்வது
புலம்புதல்	தனக்குத் தானே சொல்லிக் கொள்வது
புகலுதல்	எதிரில் வைத்து எடுத்துச் சொல்வது
புகழ்தல்	மிகைப்படுத்திச் சொல்வது
பன்னுதல்	விளக்கிச் சொல்வது
பறைதல்	பலரும் அறிய சத்தமிட்டுச் சொல்வது
பகர்தல்	பலபட விளக்கங்களோடு சொல்வது
நுவலுதல்	ஒன்றிலிருந்து ஒன்றை விளக்கிச் சொல்வது
நுதலுதல்	ஒன்றை முன்கூறித் தொடங்குதல்
நவில்தல்	நா நயம் தோன்ற அழகுபடச் சொல்வது
செப்புதல்	வினாவுக்கு விடை போலச் சொல்வது
சாற்றுதல்	சரியான சான்றுகளோடு சொல்வது
கூறுதல்	கூறுகூறாகப் பிரித்துக் கொண்டு சொல்வது
குழறுதல்	தளர்ந்த குரலில் வரிசையற்றுச் சொல்வது
குயிலுதல்	குயில்போலும் இனிமையாகச் சொல்வது
கிளத்தல்	கிளிபோல் கொஞ்சிக் கொஞ்சிச் சொல்வது
கரைதல்	காகம் போலப் பெருங்குரலெடுத்துச் சொல்வது

கதைத்தல் (ஈழத் தமிழில்)	உரையாடுதல்
கத்துதல்	பெருங்குரலில் உரத்துச் சொல்லுதல்
ஓதுதல்	தொடர்ந்து சொல்வது
உளறுதல்	தப்பும் தவறுமாக முறையற்றுச் சொல்வது
உரைத்தல்	பொருள் விளங்க விவரித்துச் சொல்வது
இயம்புதல்	முறைப்படி எடுத்துச் சொல்வது
இசைத்தல்	இசை போலும் குரலில் இனிமையாகச் சொல்வது
அறைதல்	அழுத்தம் திருத்தமாகச் சொல்வது
கதைத்தல்	அடுத்தடுத்து கதைபோல் சொல்வது
அலப்புதல்	தேவையற்ற ஆடம்பரமாகச் சொல்வது
ஊன்றல்	விதை ஊன்றுவதுபோல அழுத்தமாகச் சொல்வது
ஒக்கலித்தல்	ஒருத்தர்க்கு ஒருத்தர் சொல்லிக் கொள்வது
கடுகடுத்தல்	கோபமாகச் சொல்வது
சடாய்த்தல்	சாக்குப்போக்குச் சொல்வது
சித்தரித்தல்	ஓவியம் போல மனம்கொள்ளச் சொல்வது
சிலேடித்தல்	இரு பொருள்பட (சாடை) சொல்வது
நொறுநாட்டியம்	குத்திக் காட்டிச் சொல்வது
நமுநமுத்தல்	பிடி கொடுக்காமல் சொல்வது
நிகண்டுதல்	எல்லாம் தெரிந்தது போலச் சொல்வது
மிண்டுதல்	முறையின்றிச் சொல்வது

நப்பிளித்தல்	தேவையற்ற முறையில் சிரித்துச் சொல்வது
விவாதித்தல்	பல்வேறு கருத்துகளை ஒட்டியும் வெட்டியும் பேசுவது
வழக்காடுதல்	தன் கருத்தை நிலைநாட்டிப் பேசுவது
முறையிடுதல்	தன் கருத்தை எடுத்துரைத்து நீதி கோருதல்
பேச்சுவார்த்தை	வேறுபட்ட கருத்துள்ளவர்கள் அமர்ந்து பேசுதல்

தமிழில் பிழையில்லாமல் எழுதவும், பேசவும் படிக்க வேண்டிய சில நூல்கள்

(1) **தமிழைச் சரியாய் எழுத** – பாரதிதாசன், இளந்தமிழ்ப் பதிப்பகம், திருச்சி-23, தமிழகன், பேசி: 0431-2457961

(2) **தவறின்றித் தமிழ் எழுதுவோம்** – பேரா.மா.நன்னன், ஏகம் பதிப்பகம், சென்னை-5, பேசி: 9444909194

(3) **இலக்கண உலகில் புதிய பார்வை** – டாக்டர் பொற்கோ, என்.சி.பி. எச், சென்னை-98, பேசி: 044-26251968

(4) **உங்கள் தமிழைத் தெரிந்து கொள்ளுங்கள்** – தமிழண்ணல், மீனாட்சி புத்தக நிலையம், மதுரை-1. பேசி: 0452-2345971

(5) **இலக்கணமும் சமூக உறவுகளும்** – கா.சிவத்தம்பி, மின்னூல் இணைப்பு - tinyurl.com/3vkb9k25

(6) **இனிய தமிழைப் பிழையின்றி எழுத எளிய வழிகள்** – முனைவர் இரா.திருமுருகன், பாவலர் பண்ணை, புதுச்சேரி-1

(7) **தவறின்றித் தமிழ் எழுத** – மருதூர் அரங்கராசன், ஐந்திணைப் பதிப்பகம், சென்னை-5. பேசி: 044-28549410

(8) **நல்ல தமிழ்** – க.வள்ளியம்மை, விஜயா பதிப்பகம், கோவை. பேசி: 9047087058

(9) **இலக்கணக் குறிப்பு கண்டுபிடிப்பது எப்படி?** - கு.நாராயண பாரதி, இ.ஜெ.சுந்தர், எழில்நிலா வெளியீட்டகம், அண்ணா நகர், சென்னை-40. மின்னஞ்சல்: ejsundar@gmail.com

(10) **தமிழ் - தமிழ் அகரமுதலி (1985)** - மு.சண்முகம்பிள்ளை, தமிழ்நாட்டுப் பாடநூல் நிறுவனம், சென்னை, மின்னூல் இணைப்பு - tinyurl.com/3vr2k24y

(11) **தமிழ் இனிது** - நா.முத்துநிலவன், தமிழ் திசை பப்ளிகேஷன்ஸ், அண்ணா சாலை, சென்னை - 02. தொலைப்பேசி: 044 - 35048001, அலைபேசி: 7401296562 / 7401329402

பார்க்க வேண்டிய இணைய இணைப்புகள்

1. விக்சனரி - w.wiki/Pt
2. சென்னைப் பல்கலைப் பேரகராதி - tinyurl.com/273sve8u
3. அகராதிகளின் பட்டியல் - tinyurl.com/3sj26693
4. செந்தமிழ்ச் சொற்பிறப்பியல் பேரகரமுதலி - tinyurl.com/29r2ns37
5. "சொல்லாய்வு" முகநூல் குழுமம் - tinyurl.com/529bse8v
6. சொற்குவை - sorkuvai.com
7. தமிழ்ப் பல்கலைக் கழகம் - tinyurl.com/msm7z2w5
8. தமிழ் இணையக் கல்விக் கழகம் - tamilvu.org
9. உலகத் தமிழாராய்ச்சி நிறுவனம் - ulakaththamizh.in
10. உலகத் தமிழ்ச்சங்கம் மதுரை - ulagatamilsangammadurai.org
11. நீச்சல்காரன் வாணி பிழை திருத்தி - vaanieditor.com
12. நீச்சல்காரன் நாவி சந்திப்பிழை திருத்தி - tinyurl.com/mwzhu9yt
13. தமிழ் இலக்கியத் தொடரடைவு - tamilconcordance.in
14. அனைத்துத் தமிழ் மென்பொருட்களும் இலவசமாகப் பெற - ildc.in/Tamil.html

"இலக்கணம் இனிது"
நூல் பற்றி எழுத்தாளர்களின் கருத்துகள்

இவர்களின் சில கருத்துகளில் எனக்கு உடன்பாடில்லை எனினும் "நான் சொல்வதே சரி" என்னும் பிடிவாதக்காரனல்லன் நான்.

எனவே இவர்களின் கருத்துகளை உள்வாங்கி, சரியெனில் ஏற்கச் சித்தமாகவே இருக்கிறேன் என்பதை மட்டும் இப்போது சொல்லி மனமார நன்றியும் சொல்லி இவர்களின் கருத்துகளுடைய சுருக்கத்தை அவரவர் சொன்னவாறே இங்குத் தருகிறேன். கருத்துகளை முழுமையாகப் படிக்க கடைசியில் உள்ள குறுங்குறியை (QR Code) உங்கள் கைப்பேசியில் வருடுங்கள் (scan)!

நன்றி நன்றி நன்றி

* * * * *

(1) தமிழறிஞர் முனைவர் சங்கர சரவணன் அவர்கள்

பேராசிரியர் தமிழண்ணல், பரந்தாமனார் போன்றோர் எழுதிய அதே இலக்கண விளக்கங்களை அந்த அறிஞர்களின் பெயர்களை நீக்கிவிட்டு, தன் சொந்த இலக்கண கண்டுபிடிப்புகள் போல, கவிஞர் 'ஒருவர்' எழுத, அவற்றையும் சிறந்த இலக்கண நூல்கள் என்று சிலர் கொண்டாடியதைக் கண்டு எரிச்சல் அடைந்த எனக்கு, புலமை, புரிதல், சுயதரிசனம் மற்றும் நடைமுறை உதாரணங்களோடு எளிமையாக எழுதப்பட்ட தங்கள் நூல் மகிழ்ச்சியைத் தந்தது.

தமிழண்ணல் எழுதிய "உங்கள் தமிழைத் தெரிந்து கொள்ளுங்கள்", பரந்தாமனார் எழுதிய "நல்ல தமிழ் எழுத வேண்டுமா?" போன்ற நூல் வரிசையில் வைத்துப் போற்றிக் கற்கப்படவேண்டிய நூல் நண்பர் முத்துநிலவன் அவர்கள் எழுதியுள்ள "இலக்கணம் இனிது" நூல்.

(2) வலைப்பதிவர் இ.பு.ஞானப்பிரகாசன் அவர்கள்

ஒரேயடியாக இலக்கண மரபுகளைக் கைவிட்டு விடவும் கூடாது, அதே நேரம் கொஞ்சமாவது நெறிகளைத் தளர்த்திக் கொள்ளவும் முன்வர வேண்டும் எனும் கருத்தோட்டத்தை நூலின் முதல் பக்கத்திலிருந்து கடைசிப் பக்கம் வரை பார்க்க முடிந்தது.

உண்மையான தாய்மொழிப் பற்றுக் கொண்ட ஒரு நெஞ்சத்தின் அக்கறையும், பதற்றமும் நூல் நெடுகிலும் இழையோடுவதை உணர முடிந்தது. இப்படி அக்கறை மிகுந்த ஒரு படைப்புக்காக முதலில் நன்றி!

இந்த நூல் தமிழில் ஒரு முக்கியமான வரவு! இதை ஒரு கையேடாகவே தமிழ் மக்கள் எப்பொழுதும் தங்களுடன் வைத்துக் கொள்ளலாம். காரணம் இதில் பிழையின்றித் தமிழ் பேச - எழுத உதவும் வழிகாட்டுதல்கள், தமிழ் குறித்த ஐயங்களுக்கான விளக்கங்கள், தமிழ் மீது வைக்கப்படும் தவறான குற்றச்சாட்டுகளை எதிர்கொள்வதற்கான கருத்துக்கள், தமிழின் பெருமைகளை ஆதாரங்களுடன் முன்வைக்கும் ஆக்கங்கள் என எல்லாமே இருக்கின்றன.

தலைப்பைப் பார்ப்பவர்கள் இதை இலக்கணம் கற்பிக்கும் நூல் என்றுதான் நினைப்பார்கள். ஆனால் இஃது இலக்கணத்தைக் கற்பிப்பது மட்டுமின்றி காலத்துக்கேற்ப இலக்கணத்தில் கொண்டு வர வேண்டிய மாற்றங்களைப் பரிந்துரைக்கும் மொழிப்புரட்சி நூலும் கூட!

(3) எழுத்தாளர் சந்திரகாந்தன் அவர்கள்

தமிழில் தோன்றிய இலக்கணம் எழுத்துக்களை உயிர், மெய் என்று பாகுபடுத்தியதும் மெய் எழுத்துக்களை வல்லினம், இடையினம், மெல்லினம் என பாகுபடுத்தியதும் ஒலிகள் உடம்பில் தோன்றும் இடங்களை வைத்து எழுத்துக்களை வரிசைப்படுத்தியதும் அறிவியல் பூர்வமானவை; இன்றைக்கு ஆச்சரியம் ஏற்படுத்துபவை. இந்த அடிப்படையில் தோழர் முத்துநிலவன் அவர்கள் மூன்று சுழி ண இரண்டு சுழி ன, சிறிய ர, பெரிய ற எனச் செல்லமாகச் சொல்லப்படும் எழுத்துக்களை எவ்வாறு பயன்படுத்த வேண்டும் என்பதையும் எப்படி ஒலிக்க வேண்டும் என்பதையும் அவருக்கே உரிய நகைச்சுவையோடு சொல்லிச் செல்கிறார்.

ச, ர, ல முதலில் வந்தால் தவறில்லை என மரபு மாற வேண்டும் என்றும் நவீனத் தமிழுக்கு இலக்கணம் வகுக்கப்பட வேண்டும் என்றும் அவர் சொல்வதை யார் ஏற்காதிருப்பர்?

திருக்குறளின் மூன்று அதிகாரங்களில் அடக்கப்படும் குறள்களின் எண்ணிக்கையை வைத்து அவர் திருவள்ளுவரின் வாழ்க்கைக் கண்ணோட்டத்தை விளக்குவது சிறப்பு. அதேபோல் தொல்காப்பியரின்

திணைப்பாகுபாட்டை மார்க்சிய மானுட வரலாற்றோடு பொருத்திக் காட்டுவதும் சிறப்பு.

இலக்கணம் இனிது என்கிறார் அவர். இலக்கணம் மட்டுமல்ல எந்தப் பாடமும் இனிதே. மாணவர்களை வகுப்பில் கட்டிப் போடும் உத்திகளை அறிந்து உயிர்ப்போடு வகுப்பு நடத்தும் ஆசிரியர்கள் அமைந்தால். அப்படியான ஓர் ஆசிரியர் தோழர் முத்துநிலவன் என்பதற்கு இந்நூல் சாட்சியம் பகர்கிறது.

(4) எழுத்தாளர் அண்டனூர் சுரா அவர்கள்

புலவர் நன்னன், 'தவறின்றித் தமிழ் எழுதுவோம்' என்றொரு நூல் எழுதியிருக்கிறார். அந்நூலை அரும்பெருஞ்சுவடி என்றே சொல்ல வேண்டும். தவறின்றி எழுத, தொடக்க நிலையில் பிழைகளைக் களைதல் வேண்டும். தொடக்க நிலையில் பிழைகளைக் களைவது எப்படி என்கிற மில்லியன் டாலர் கேள்விக்கு பதில் நா.முத்துநிலவனின் "இலக்கணம் இனிது" என்கிற கையடக்க நூல்.

இலக்கணத்தை மீறுவது ஒருவகைக் கட்டுடைத்தல்தான், மறுப்பதற்கில்லை. கட்டுடைத்தல், மொழியை வளர்த்தெடுத்தலுக்கு மாறாக மொழியைச் சிதைப்பதாக இருந்துவிடக்கூடாது என்பது நா.முத்துநிலவனின் வேண்டலும் விருப்பமுமாக இருக்கிறது.

நா.முத்துநிலவன் அவர்கள் மொழியின் சரியான பதப்பயன்பாட்டு மீது எப்பொழுதும் அதீத அக்கறை காட்டி வருகிறவர். அவர் கலந்துகொள்ளும் எந்த நிகழ்விலும் சொல், பொருள் பிழைகளைத் தயங்காது சுட்டிக்காட்டி, திருத்தம் செய்கிறவர்.

நூலின் கடைசியில், தமிழில் பிழையில்லாமல் எழுதவும் பேசவும் படிக்க வேண்டிய நூல்களென பதினொரு நூல்களின் பெயர்களைப் பட்டியலிட்டுள்ளார். இந்த வரிசையில் பத்தாவது நூலாக இடம்பெறத்தக்க நூல், "இலக்கணம் இனிது". இந்நூல் தந்த நூலாசிரியர் நா.முத்துநிலவன் அவர்களுக்கு தமிழ்கூறு நல்வாழ்த்துகள்!

(இதனை வெளியிட்ட 'அக்கினிக்குஞ்சு' இணைய இதழுக்கும் நன்றி. இணைப்பு - tinyurl.com/4znvn77m)

(5) கவிஞர் மு.கீதா அவர்கள்

ஒரு மொழியைப் பிழையின்றி பேசவும் எழுதவும் இலக்கணம் அவசியம் தேவை. தமிழ்மொழியின் செழுமைக்கும் புதுமைக்கும் காரணமாக இருப்பது அதன் இலக்கண நூல்களின் வளமையே.

தற்போது, பேசத் தெரியும் ஆனால் எழுதத் தெரியாது என கூறும் வருங்காலச் சந்ததிகளை உருவாக்கி வரும் தமிழினம்...

பெரியோர்களே தமிழைப் பிழையாக எழுதும் நிலை...

பல விளம்பரங்களில் தமிழைப் பிழையாக எழுதினாலும் கண்டு கொள்ளாமல் வாழும் நமக்கு தமிழ் மொழியைச் சிறப்பாகப் பயில ஆற்றுப்படுத்தும் நூல் "இலக்கணம் இனிது".

உடும்புப் பிடியாக இல்லாமல் காலத்திற்கு ஏற்ப தன்னைத் தகவமைத்துக் கொள்ளலாம் என்பதன் மூலம் நம்மை, நமது மொழி குறித்த அச்சத்தை ஆற்றுப்படுத்தி தமிழின் எளிமையை நமக்கு அறிமுகம் செய்கின்றார்.

அனைத்து பள்ளி மாணவர்கள், ஆசிரியர்கள், தமிழைப் பிழையின்றி எழுத நினைப்பவர்கள் வாங்கி படிக்க வேண்டிய நூலாக "இலக்கணம் இனிது" என்ற நூல் உள்ளது.

தனது மகளின் திருமணவிழாவில் புத்தகத்தை வெளியிட்டு தமிழுக்குத் தொண்டாற்றிய நூலாசிரியர் எங்களுக்கெல்லாம் வழிகாட்டியாக இருந்து எங்களை வழிநடத்தி வருகின்றார்.

அவருக்கு மனம் நிறைந்த வாழ்த்துகள்.

ஆசிரியரின் பிற நூல்கள்

1. புதிய மரபுகள், (கவிதைத்தொகுப்பு) 1993 மற்றும் 2014
2. 20ஆம் நூற்றாண்டு இலக்கியவாதிகள், (திறனாய்வு), 1995
3. நேற்று ஆங்கிலம் இன்று தமிழ், (கட்டுரைத்தொகுப்பு), 2003
4. நல்ல தமிழில் பிழையின்றி எழுதுவோம் பேசுவோம், 2008
5. முதல் மதிப்பெண் எடுக்கவேண்டாம் மகளே, 2014 முதல் 5 பதிப்புகள்
6. கம்பன் தமிழும் கணினித்தமிழும், 2014
7. நீட் தேர்வு - புதிய கல்வி யாருக்காக, 2018
8. இலக்கணம் இனிது, 2021
9. அறிவொளி மாவட்ட மலர் (தொகுப்பாசிரியர்), 1991
10. உலகத் தமிழ் வலைப்பதிவர் கையேடு (தொ-ர்), 2015
11. "வீதி" கலைஇலக்கியக் கழக 50ஆம் நிகழ்வு மலர், (தொ-ர்), 2019
12. தமிழ் இனிது, 2024
13. கவிதையின் கதை, (தமிழ்க் கவிதை வரலாறு - அச்சில்)